लेखकांविषयी

केन ब्लँचर्ड, पीएच.डी., विश्वातील सर्वांत प्रभावी नेतृत्वतज्ज्ञांपैकी एक आहेत. ते ६०हून अधिक पुस्तकांचे सहलेखक आहेत ज्यात रेविंग फॅन्स आणि गंग हो! (शेल्डन बाउल्स यांच्यासह) या पुस्तकांचा समावेश आहे. त्यांच्या उत्कृष्ट पुस्तकांचा ४०पेक्षा अधिक भाषांत अनुवाद झाला असून, एकूण विक्री २.१ करोडहून अधिक प्रतींची झाली आहे. २००५मध्ये अमेझॉन्स हॉल ऑफ फेममध्ये सार्वकालीन शीर्षस्थ बेस्टसेलिंग लेखकांमध्ये त्यांचा समावेश होता. अनेक नेतृत्व-पुरस्कार आणि सन्मान प्राप्त करणारे केन ब्लँचर्ड त्यांची पत्नी मार्जी यांच्यासह द केन ब्लँचर्ड कंपनीजचे सहसंस्थापक आहेत. ही संस्था प्रशिक्षण आणि सल्ला यांसाठीची आंतरराष्ट्रीय स्तरावरील अग्रस्थानावरील कंपनी आहे.

डॉ. स्पेन्सर जॉन्सन, एम.डी., जगभरातील सर्वाधिक प्रशंसित प्रेरणादायी नेत्यांपैकी आणि सर्वाधिक वाचल्या जाणाऱ्या लेखकांपैकी एक आहेत. त्यांची पुस्तकं आपल्या जीवनाचा, संस्कृतीचा एक भागच झाली आहेत. यात हू मूव्हड माय चीज या नंबर वन बेस्टसेलर पुस्तकाचा समावेश आहे. यूएसए टुडेने त्यांना 'नीतीकथांचा शहेनशहा' संबोधले आहे. जटील विषय निवडण्यात आणि त्यांचे परिणामकारक उत्तर प्रस्तुत करण्यात त्यांना सर्वश्रेष्ठ मानलं जातं. त्यांच्या छोटेखानी पुस्तकांत अंतर्भूत ज्ञान आणि व्यावहारिक उपाय असतात. यांचा वापर लाखो लोक तणावमुक्त होऊन आनंद आणि यश प्राप्त करण्यासाठी करतात. स्पेन्सर जॉन्सन यांच्या पुस्तकांच्या ५ करोडहून अधिक प्रती ४७ भाषांमध्ये जगभरात वाचल्या जातात.

द न्यू वन मिनिट मॅनेजर

एक करोड पन्नास लाख प्रतींच्या विक्रीचे रेकॉर्ड

केन ब्लँचर्ड

रेविंग फॅन्स या पुस्तकाचे सहलेखक

•

स्पेन्सर जॉन्सन

हू मूव्हड माय चीज या पुस्तकाचे लेखक

अनुवाद : ऋजुता शुचिता आनंद

MANJUL

मंजुल पब्लिशिंग हाउस

MANJUL

मंजुल पब्लिशिंग हाउस

पुणे संपादकीय कार्यालय

फ्लॅट नं. 1, पहिला मजला, समर्थ अपार्टमेंट्स,
1031 टिळक रोड, पुणे – 411 002

व्यावसायिक आणि संपादकीय कार्यालय

दुसरा मजला, उषा प्रीत कॉम्प्लेक्स, 42 मालवीय नगर, भोपाळ – 462 003

विक्री आणि विपणन कार्यालय

7/32, अंसारी रोड, दर्यागंज, नवी दिल्ली – 110 002

www.manjulindia.com

वितरण केंद्रे

अहमदाबाद, बंगळुरू, भोपाळ, कोलकाता, चेन्नई,
हैदराबाद, मुंबई, नवी दिल्ली, पुणे

केन ब्लँचर्ड तथा स्पेन्सर जॉन्सन लिखित *द न्यू वन मिनिट मॅनेजर*
या मूळ इंग्लिश पुस्तकाचा मराठी अनुवाद

The New One Minute Manager – Marathi Edition

हार्पर कॉलिन्स पब्लिशर्सचा इंप्रिंट विल्यम मॉरो यांच्या सहयोगाने प्रकाशित

प्रस्तुत मराठी आवृत्ती 2021 साली प्रथम प्रकाशित

ISBN : 978-93-90085-83-5

मराठी अनुवाद : ऋजुता शुचिता आनंद

मुद्रण व बाइंडिंग : थॉमसन प्रेस (इंडिया) लिमिटेड कंपनी

प्रतीक

वन मिनिट मॅनेजरचं चिन्ह - ज्यामध्ये घड्याळातला एक मिनिट दाखवलेला आहे, ते खरं तर प्रतीकात्मक आहे. आपण स्वतः, आपले सहकारी आणि आपल्या नेतृत्वाखाली आणि व्यवस्थापनाखाली काम करणाऱ्या सगळ्यांचाच विचार करण्यासाठी हा एक मिनिट पुरेसा असतो आणि इतका वेळ आपण निश्चितच बाजूला काढू शकतो. कारण आपली टीम हीच आपली खरी संपत्ती आहे!

अनुक्रमणिका

लेखकांचा संदेश

मूळ वन मिनिट मॅनेजरच्या प्रकाशनानंतर आत्तापर्यंत जग प्रचंड बदललं आहे. जागतिकीकरण आणि नव्या तंत्रज्ञानामुळे कमीत कमी मनुष्यबळ वापरूनही जास्तीत जास्त काम करणे आणि कमीत कमी वेळात ते पूर्ण करणे ही संस्थांची मूलभूत गरज बनली आहे.

ह्या बदलत्या जगात तुम्हाला प्रभावी नेतृत्व आणि व्यवस्थापन करण्यासाठी, तसेच यशस्वी होण्यासाठी मदत करणारा हा न्यू वन मिनिट मॅनेजर तुमच्या हातात सोपवताना आम्हाला अतिशय आनंद होत आहे.

जगभरातल्या हजारो-लाखो लोकांना मदत करणाऱ्या मूळ पुस्तकातली बरीचशी तत्त्वं आणि गाभा नवीन आवृत्तीमध्येही तसाच ठेवण्यात आलाय.

मात्र, जसं जग बदललं आहे तसाच वन मिनिट मॅनेजरसुद्धा बदलला आहे. नेतृत्व आणि व्यवस्थापनाकडे बघण्याचा त्याचा दृष्टिकोन आता अधिक व्यापक आणि सर्वसमावेशक झाला आहे.

त्याने ही तीन सूत्रं शिकवायला सुरुवात केली, तेव्हा टॉप-डाउन मॅनेजमेंट ही व्यवस्थापन सर्वमान्य होती.

मात्र अलीकडच्या काळात प्रभावी नेतृत्त्वाची व्याख्या खांद्याला खांदा लावून लढणे अशी झालेली दिसून येते. ह्या नवीन आवृत्तीमध्ये तुम्हाला हा बदल निश्चितच जाणवेल.

हल्लीच्या पिढीमध्ये आयुष्याच्या खाजगी आणि व्यावसायिक अशा दोन्ही आघाड्यांवर समाधान मिळवण्याला प्रधान्यक्रम आलेला दिसून येतो. या पिढीला कामात गुंतायचंसुद्धा आहे आणि आपापल्या क्षेत्रात अर्थपूर्ण असं योगदानही द्यायचं आहे. वैयक्तिक कारणांसाठी कामात

आणि कामाच्या वेळात तडजोड करण्याची त्यांची इच्छा आणि तयारी दोन्ही दिसत नाही.

आणि ह्या बदलत्या मानसिकतेची तसेच संस्थेच्या यशात ह्या कर्मचाऱ्यांच्या योगदानाची इत्थंभूत जाणीव असल्यामुळे न्यू वन मिनिट मॅनेजर संस्थेतील कर्मचाऱ्यांना योग्य प्रकारे हाताळू शकतो. संस्था यशस्वी होण्यासाठी मनुष्य-संपत्तीच सगळ्यात महत्त्वाची असते. त्यामुळे उत्तम लोकांना संस्थेकडे खेचून आणणे तसेच त्यांना टिकवून ठेवण्याला तो प्राधान्य देतो!

न्यू वन मिनिट मॅनेजरच्या ह्या नव्या दृष्टिकोनाचा वापर हीच त्याच्या यशाची खरी गुरूकिल्ली आहे!

आणि तसंही, प्राचीन तत्त्वज्ञ कन्फ्यूशियसने म्हटलं आहेच, ज्ञान मिळवल्यानंतर त्याचा वापर करणं हेच त्या ज्ञानाचं सार आहे.

वेगाने बदलणाऱ्या ह्या तुमच्या जगात तुमचे सहकारी आणि त्याचबरोबर नातेवाईक आणि मित्रपरिवारात यशस्वी होण्यासाठी तुम्ही न्यू वन मिनिट मॅनेजरमध्ये दिलेल्या तीन सूत्रांचा वापर कराल याची आम्हाला खात्री आहे.

आणि तुम्ही असं केलंत, तर तुमचे सहकारी आणि कुटुंबीय ह्या सगळ्यांनाच अधिक आनंदी, आरोग्यदायी आणि उत्पादनशील आयुष्य जगता येईल.

— डॉ. केन ब्लँचर्ड, पीएच.डी.
स्पेन्सर जॉन्सन, एम.डी.

द न्यू वन मिनिट मॅनेजर

शोध

एकेकाळी एक बुद्धिमान कुशाग्र तरुण आजच्या या वेगाने बदलणाऱ्या जगाचं नेतृत्व आणि व्यवस्थापन करू शकेल, अशा एखाद्या कुशल व्यवस्थापकाच्या शोधात होता.

त्याला एखाद्या अशा व्यवस्थापकाचा शोध होता, जो आपल्या सहकाऱ्यांमध्ये त्यांच्या खाजगी आणि व्यावहारिक आयुष्याचा समतोल साधण्याची उमेद निर्माण करू शकेल, जेणेकरून आयुष्यातले हे दोन्ही अविभाज्य भाग अधिक अर्थपूर्ण आणि आनंददायी होत जातील.

या अशा व्यवस्थापकासाठी त्याला कामदेखील करायचं होतं आणि त्याला स्वतःला असा व्यवस्थापक व्हायचंदेखील होतं.

कित्येक वर्षं सातत्याने चालणारा त्याचा हा शोध, त्याला जगाच्या कानाकोपऱ्यात घेऊन गेला होता.

इवल्याशा खेड्यांपासून ते शक्तिशाली राष्ट्रांच्या राजधान्यांपर्यंत तो अथकपणे फिरत होता.

प्रचंड वेगाने बदलणाऱ्या या जगात जुळवून घेण्याच्या प्रयत्नांत असलेल्या कित्येक व्यवस्थापकांशी त्याने संवाद साधला होता. यात उद्योजकांपासून ते उद्योगशीलांपर्यंत, सरकारी प्रशासकांपासून सैन्यातील अधिकाऱ्यांपर्यंत, विश्वविद्यालयांच्या अध्यक्षांपासून ते संस्थांच्या अध्यक्षांपर्यंत, छोट्या-मोठ्या दुकानांच्या, हॉटेल आणि रेस्टॉरंट्सच्या, बँकांच्या व्यवस्थापकांपर्यंत, तरुण आणि वृद्ध, स्त्रिया आणि पुरुष या सगळ्यांचाच समावेश होता.

त्याच्या या शोधात त्याने अनेक वेगवेगळ्या ऑफिसेसनासुद्धा भेटी दिल्या... लहान, मोठी, काचकिरडी अन् श्रीमंती थाटाने नटलेली, इतकंच काय तर अगदी खिडक्या असलेली अन् नसलेलीसुद्धा.

असं करता करता, माणसं इतर माणसांचं व्यवस्थापन नक्की काय आणि कशा प्रकारे करतात याचा त्याला चांगलाच अंदाज लागला होता.

मात्र, तरीही त्याच्या अनुभवांनी आणि निरीक्षणांनी तो समाधानी नक्कीच नव्हता.

त्याने अनेक 'कडक' आणि शिस्तीचे व्यवस्थापक बघितले होते. त्यांच्या कार्यपद्धतीने त्यांच्या संस्थांना फायदा होत असला तरी तिथल्या कर्मचाऱ्यांमध्ये पराभूत होत असल्याची भावना बळावताना त्याला दिसून आली.

काहींच्या मते ते चांगले व्यवस्थापक असले, तरीही अधिकांश लोकांचं मत मात्र त्या उलट असलेलं त्याला दिसून आलं.

या आपल्या तडफदार तरुणाच्या पाहण्यात आलेल्या या शिस्तशीर आणि कडक व्यवस्थापकांबरोबर त्यांच्या कार्यालयात बसून त्यांच्याशी, 'त्यांच्या मते ते नक्की काय प्रकारचे व्यवस्थापक आहेत?' अशा प्रश्नाचं त्याला मिळालेलं उत्तर थोड्या-बहुत फरकाने सारखंच होतं.

काहींनी स्वतःला 'बॉटम-लाइन व्यवस्थापक' म्हटलं. त्यांच्यासाठी प्रत्येक परिस्थितीत कामामध्ये पूर्ण सहभाग असणं हे आत्यंतिक गरजेचं वाटलं. काहींनी स्वतःला 'चिवट', 'वास्तववादी' आणि क्वचित प्रसंगी 'नफ्याचा विचार करणारे' असंही म्हणवलं.

त्यांच्या मते त्यांनी आजवर याच पद्धतीनं व्यवस्थापन केलं होतं आणि त्यांची पद्धत बदलण्याची निकड त्यांना अजून तरी जाणवली नव्हती.

आपल्या या कुशाग्र तरुणाला त्यांच्या बोलण्यात अभिमानाची एक स्पष्ट झाक आढळली आणि त्यांचा कल फक्त अपेक्षित निकाल मिळविण्याकडे असल्याचंही त्याला लक्षात आलं.

अर्थात, या तरुणाची गाठ काही 'चांगल्या' म्हणजेच कनवाळू अशा व्यवस्थापकांबरोबरही पडली. त्यांच्या हाताखाली काम करणारी माणसं

आनंदात असली आणि आयुष्याचा उपभोग घेताना दिसत असली तरी त्यांच्या संस्थांना मात्र त्यांच्या कनवाळूपणाचा भुर्दंड सोसावा लागत होता.

त्यांच्या हाताखाली काम करणाऱ्या काहींच्या मते, ते अतिशय उत्तम व्यवस्थापक असले तरी ते ज्यांच्या हाताखाली काम करत होते, त्यांच्या मनात या 'चांगल्या' व्यवस्थापकांबद्दल साशंकता होती.

कडक आणि शिस्तशीर व्यवस्थापकांना विचारलेलाच प्रश्न या चांगल्या आणि कनवाळू व्यवस्थापकांना विचारल्यानंतर तरुणाला मिळालेली उत्तरं काहीशी अशी होती.

'मी participative, अर्थातच सहज सहभागी होणारा व्यवस्थापक आहे.', 'कनवाळू', 'माणुसकीला महत्त्व देणारा', 'पटकन पुढे होऊन आधार देणारा', इत्यादी.

त्यांचंही मत अगदी शिस्तशीर व्यवस्थापकांसारखंच होतं. त्यांनी याच पद्धतींचा अवलंब करून आजवर त्यांचं काम केलं होतं आणि त्यांच्या मते त्यांच्या कार्यपद्धतीत कुठलाही बदल करण्याची काहीएक आवश्यकता नव्हती.

यांच्या आवाजात त्याला अभिमानाबरोबरच त्यांच्या सहकाऱ्यांसाठी असलेली कणव आणि अस्सल आपुलकी जाणवली.

मात्र या नंतर तरुण खऱ्या अर्थाने अस्वस्थ झाला.

त्याला हे प्रकर्षाने जाणवलं की, जगभरातले बहुतांश व्यवस्थापक त्यांच्या कार्यपद्धतींच्या चौकटीत समाधानी होते आणि त्यांचा कल हा फायदा अथवा सहकाऱ्यांचं भलं होणे इतपतच मर्यादित होता.

केवळ फायद्याने प्रेरित असणाऱ्या व्यवस्थापकांना अनेकदा 'हुकूमशहा' म्हणून संबोधलं जात होतं आणि माणसांच्या विचाराने प्रेरित झालेल्यांना 'लोकशाहीवादी' म्हटलं जात होतं.

या सगळ्या अनुभवांचा एकत्र विचार करताना बुद्धिमान तरुणाच्या लक्षात येत गेलं की, मुळात शिस्तशीर काय आणि कनवाळू काय, या दोन्ही पद्धतींचे व्यवस्थापक अंशतःच प्रभावी होते अन् त्याच्या मनात विचार आला, *हे म्हणजे मुळातच अर्धवट व्यवस्थापक असण्यासारखं आहे!*

अत्यंत विमनस्क अवस्थेत तो घरी आला.

अर्थात, तो त्याचा हा शोध फार पूर्वीच सोडू शकला असता; पण त्याला नेमकं काय हवंय हे त्याला आता पक्कं माहीत होतं आणि हे माहिती असण्याहून मोठं या सबंध शोधात दुसरं काहीही नव्हतं!

तो मनाशी विचार करायला लागला तसतसं त्याचं त्याला हे स्पष्ट होत गेलं की, भविष्यातल्या या अतिशय अवघड आणि वेगानं बदलणाऱ्या काळात, स्वतःला आणि सहकाऱ्यांना प्रभावीपणे व्यवस्थापित करण्याची कला साध्य झालेलेच व्यवस्थापक तग धरू शकतील. त्यांच्या सहकाऱ्यांचा आणि संस्थांचा फायदा करून देऊ शकतील.

तरुणानं या अशा प्रभावी व्यवस्थापकाच्या शोधात जग पालथं घातलं होतं. मात्र तरीही, त्याच्या 'प्रभावी व्यवस्थापकाच्या' व्याख्येत बसणारे अगदी मोजकेच व्यवस्थापक त्याला भेटले होते आणि या मोजक्या व्यवस्थापकांना त्यांची गुपितं कुठल्याही परिस्थितीत उघड होऊ द्यायची नव्हती. त्याला ज्या शोधाने पछाडलं होतं तो कदाचित कधीच पूर्ण होऊ शकणार नाही, अशी त्याची हळूहळू खात्री पटायला लागली होती.

आणि अशातच, एका अवलिया व्यवस्थापकाचे रंजकसे किस्से त्याच्या कानावर यायला लागले. विशेष म्हणजे हा अवलिया व्यवस्थापक राहायला जवळच्याच शहरात होता! त्याच्याबरोबर काम करण्यासाठी लोक उत्सुकही होती आणि एकत्र कामातून त्यांनी उत्तम निकालही मिळवल्याचं त्याने ऐकलं होतं.

इतकंच नाही, तर त्या व्यवस्थापकाच्या पद्धतींचा आपापल्या आयुष्यात अवलंब करून त्याच्या सहकाऱ्यांनी खाजगी जीवनातही वेगळी उंची गाठल्याचंसुद्धा त्याने ऐकलं होतं.

या नुसत्याच कहाण्या आहेत की, यात काही तथ्य आहे हा विचार त्याला घेरून होता, इतकंच नाही, तर हा असा व्यवस्थापक त्याची ही जगावेगळी कार्यपद्धती आणि तत्त्वं आपल्याला सांगण्यास इच्छुक असेल का, हा प्रश्नही त्याला भेडसावत होता.

आपलं कुतूहल शमवण्यासाठी त्याने शेवटी या अवलिया व्यवस्थापकाच्या मदतनिसाला फोन करून त्याची अपॉइंटमेंट देण्याची

विनंती केली. मात्र जेव्हा मदतनिसाने त्याला थेट अवलियाबरोबर फोन कनेक्ट करून दिला, तेव्हा त्याच्या आश्चर्याला पारावार उरला नाही.

'आपल्याला भेटणं शक्य होईल का?' अशी विचारणा करताच, अवलियाने, 'बुधवार सोडून, तुझ्या सोयीने या आठवड्यात कधीही भेटू या!' असं उत्तर दिलं!

'कुठल्या व्यवस्थापकाकडे इतका रिकामा वेळ असतो,' असा प्रश्न मनात रुंजी घालत असला, तरीही आपला हा तडफदार तरुण या जगावेगळ्या व्यवस्थापकाच्या, आजवर न अनुभवलेल्या उत्तराने भारावून गेला होता! आणि अर्थातच, लवकरच तो त्याला भेटायला म्हणून दाखल झाला!

एक मिनिटाचा नवीन व्यवस्थापक

तरुण व्यवस्थापकाच्या ऑफिसमध्ये पोहोचला तेव्हा व्यवस्थापक खिडकीच्या बाहेर बघत असलेला त्याला दिसला. त्याच्याकडे वळून व्यवस्थापकाने त्याला बसायला सांगितले आणि विचारले, 'सांग, काय करू शकतो मी तुझ्यासाठी?'

'मी तुमच्याबद्दल जे काही ऐकलं आहे, ते भन्नाट आहे आणि मला तुमच्या व्यवस्थापन कार्यपद्धतीबद्दल अधिक जाणून घ्यायला आवडेल.'

'हम्म, खरं तर सातत्याने होणाऱ्या अनेक बदलांशी जमवून घेण्यासाठी आम्ही आमच्या आधीपासून अस्तित्वात असलेल्या आणि काळाच्या कसोटीवर टिकलेल्याच पद्धतींचा नव्या रीतीने अवलंब करतोय; पण आपण त्यासंदर्भात नंतर बोलू या. सुरुवात आपण काही मूलभूत गोष्टींपासून करू यात.'

'पूर्वी आमची कंपनी टॉप-डाउन व्यवस्थापन पद्धतीने चालायची. आणि त्याकाळी योग्यदेखील होतं. मात्र आजच्या वेगवान काळासाठी ती पद्धत फार वेळखाऊ आहे. या पद्धतीत काम करणाऱ्यांना प्रेरणा तर मिळत नाहीच, उलट कुठल्याही प्रकारची नवनिर्मितीदेखील घडू देत नाही. या बदलत्या काळात अधिक तत्पर सेवा आणि सुधारित उत्पादनच ग्राहकांची पसंती आहे आणि ते मिळवायचं असेल, तर प्रत्येकाने आपापल्या कौशल्याचा पूर्ण वापर करण्याची आपल्याला गरज आहे! बुद्धिमत्ता ही फक्त कार्यकारी अधिकाऱ्यांची मक्तेदारी नसून, सबंध संस्थेमध्ये ती दिसून येते!'

'आजच्या काळात वेग हेच यशाचं चलन असं समीकरण तयार झाल्याने, command control, अर्थातच आदेश आणि नियंत्रण या जुन्या प्रणालीपेक्षा सहकार्याने आणि संघटित होऊन काम करणे अधिक योग्य ठरणार आहे.'

'पण सहकार्याने नक्की कसं पुढे जाणार आपण?'

'दर बुधवारी सकाळी मी माझ्या टीमला भेटतो, आठवड्यातून एकदाच. खरं तर म्हणूनच मी तुला परवा भेटू शकलो नाही. या आमच्या साप्ताहिक मीटिंग्जमध्ये मी फक्त ऐकायचं काम करतो. माझी ही टीम आधीच्या आठवड्यातल्या कामांचा आढावा घेते, त्यामध्ये काय काय साध्य झालं, काय अडचणी आल्या, कोणकोणत्या गोष्टी पूर्ण करायच्या राहिल्या यांचा समावेश असतो. त्याच बरोबर, राहिलेल्या कामांना योग्य प्रकारे पूर्ण करण्यासाठीच्या त्यांच्या आराखड्याची आणि धोरणांचीदेखील माहिती देते.'

'या साप्ताहिक मीटिंग्जमध्ये घेतले जाणारे सगळे निर्णय तुम्हाला आणि तुमच्या टीमला सारखेच लागू होतात का? म्हणजे बंधनकारक असतात का?'

'अगदी १०० टक्के! मुळात, संस्थेत काम करणाऱ्या प्रत्येकाला ते स्वतः पुढे नक्की काय काम करणार आहेत, या संदर्भातल्या महत्त्वाच्या निर्णयांमध्ये सहभागी होता यावं, हाच अशा मीटिंग्ज घेण्यामागे उद्देश आहे!'

'हम्म, म्हणजे तुम्ही सहभागशील व्यवस्थापक आहात तर!' तडफदार तरुणाने विचारले.

'नाही, खरं तर! माझा विश्वास आहे तो सुलभीकरणावर, इतरांसाठी त्यांचे निर्णय मी घेणं मला पटत नाही.'

'मग या मीटिंग्जचा उपयोग तरी काय?'

'अरेच्चा! तेच तर बोललो आपण आत्ता, नाही का?'

तडफदार तरुण आपल्याच प्रश्नाने ओशाळला अन् ही अशी चूक केली नसती, तर फार बरं झालं असतं, असा विचार त्याच्या मनात तरळून गेला.

क्षणभर विश्रांती घेऊन व्यवस्थापक म्हणाला, ‘उत्तम रिझल्ट्स मिळवणं या एकाच कारणाने आपण इथे आहोत आणि सगळ्यांच्या कौशल्यांचा आणि कार्यक्षमतांचा नीट वापर केला तर आपण कैक पटींनी अधिक उत्पादनशील, अर्थातच, प्रॉडक्टिव्ह बनत जातो.’

‘ओह, म्हणजे तुमचा कल लोकाभिमुख असण्यापेक्षा परिणाम साधणे किंवा अपेक्षित निकाल मिळवण्यावर अधिक आहे.’

हे ऐकून व्यवस्थापक उठून उभा राहिला आणि तिथेच येरझाऱ्या घालू लागला. लवकरात लवकर यशस्वी होण्यासाठी व्यवस्थापकाने एकाच वेळी लोकाभिमुख आणि निकलाभिमुख असणं हे अत्यंत महत्त्वाचं आहे.

‘कुठलेही निकाल मिळतात, ते लोकांच्याच माध्यमातून, नाही का? आणि म्हणूनच मला माझ्या बरोबर काम करणारे आणि त्यांच्याद्वारे मिळणारे परिणाम या दोन्हींमध्ये एकसारखा विश्वास आहे. कारण, मुळातच हे दोन्ही एकमेकांशिवाय असूच शकत नाहीत.’

‘हे बघ,’ आपल्या कॉम्प्युटरच्या स्क्रीनकडे बोट करत व्यवस्थापक तरुणाला म्हणाला. ‘हे मी कायम माझ्या कॉम्प्युटरवर स्क्रीन सेव्हर म्हणून ठेवतो, व्यावहारिक सत्याची मला सातत्याने आठवण होत राहावी एवढ्या एकाच उद्देशाने!’

*

केवळ तेच लोक
उत्तम परिणाम साधू शकतात,

ज्यांना स्वतःबद्दलसुद्धा तितकंच
उत्तम वाटत असतं!

*

तडफदार तरुण विचारमग्न चेहऱ्याने त्या स्क्रीनकडे बघत असताना व्यवस्थापकाने त्याला विचारले, 'तू स्वतःबद्दल विचार करून बघ. तू तुझं सर्वोत्तम काम कधी करतोस? तुला जेव्हा स्वतःबद्दल उत्तम वाटत असतं तेव्हा की तसं वाटत नसताना?'

'खरंच की! स्वतःबद्दल छान, मस्त वाटत असताना कायमच माझं काम जास्ती चांगलं होतं,' तरुण मान डोलवत म्हणाला. त्या सोप्प्या वाक्याचा स्वाभाविक अर्थ आता त्याच्या चेहऱ्यावर स्पष्ट दिसायला लागला होता.

'साहजिकच आहे! सगळेच अगदी असंच करतात.'

'अच्छा म्हणजे लोकांमध्ये स्वतःबद्दल चांगली भावना निर्माण करणे, हीच अधिक किंवा सुधारित उत्पादनशीलतेची खरी गुरूकिल्ली आहे तर!' तरुण व्यवस्थापकाला म्हणाला.

'हम्म; पण उत्पादनशीलता म्हणजे नुसतीच भारंभार प्रमाणात निर्मिती करणं नाही बरं का! त्यात तितकीच महत्त्वाची असते ती गुणवत्ता!' असं म्हणून व्यवस्थापक खिडकीपाशी गेला आणि तरुणाला म्हणाला, 'हे बघ.'

तरुणाने बघितलं तर त्याला एका उपाहारगृहाच्या बाहेर रांगेने उभी असलेले लोक दिसले. 'हॉटेलसाठी निश्चितच चांगली जागा असली पाहिजे ही,' त्याने केलेली नोंद व्यवस्थापकाला बोलून दाखवली.

'तसं असेल तर अगदी दोनच दरवाजे सोडून असणाऱ्या त्या दुसऱ्या हॉटेलकडे कोणी का फिरकत नसेल? तिथे का नाहीये, वाट बघणाऱ्या ग्राहकांची रांग? काय वाटतं तुला, लोकांना या पहिल्या हॉटेलमध्येच का खावंसं वाटत असेल, ते दुसरं असं दुर्लक्षित का बरं राहिलं असावं?' व्यवस्थापकाने तरुणाला विचारलं.

'कारण, कदाचित पहिल्या हॉटेलमधलं अन्नाची चव आणि सेवा दोन्ही अधिक चांगल्या असतील?' तरुण म्हणाला.

'अगदी बरोबर. खरं तर फार सोप्पं आहे हे! तुम्हाला जर ग्राहकांना उत्तम दर्जाची सेवा आणि माल नाही पुरवता आला, तर तुमचा व्यवसाय फार काळ तग धरणं कठीण आहे. किंबहुना, अशा प्रकाराने तुम्ही फार काळ व्यवसायात टिकूनच राहू शकत नाही.'

'पण ही स्वाभाविक आणि सोप्पी गोष्ट अगदी सहज नजरेआड होऊ शकते. हे असं यश मिळवायचं असेल, तर त्यासाठी लोकांना हाताशी घेऊनच पुढे जाणं क्रमप्राप्त आहे. लक्षात घे, शेवटी या हॉटेलला पुढे नेताहेत तेही तिथे उपस्थित असणारे लोकच!'

इतकं ऐकल्यानंतर तरुणाची जिज्ञासा आणखीनच बळावली. खाली बसता बसता त्याने व्यवस्थापकाला विचारले, 'सहभागी होणाऱ्या व्यवस्थापकांमध्ये तुम्ही मोडत नाही हे तुम्ही आधीच स्पष्ट केलंयत. मग तुम्ही नक्की कशा प्रकारचे व्यवस्थापक आहात?'

'मला नवा एक मिनिटाचा व्यवस्थापक म्हणून ओळखलं जातं.'

तरुणाच्या चेहऱ्यावर आश्चर्य दाटून आलं, 'काय म्हणून ओळखलं जातं?'

व्यवस्थापक दिलखुलासपणे हसला अन् म्हणाला, 'त्याचं काय आहे ना, अगदी कमी वेळात उत्तमोत्तम निकाल मिळवण्याच्या आमच्या पद्धतींमुळे मला हे टोपण नाव मिळालं आहे.'

यापूर्वी अनेकविध व्यवस्थापकांशी संवाद साधलेला असूनही, आपल्या तडफदार तरुणाने आजतागायत कोणालाही याप्रकारे बोलताना ऐकलं नव्हतं आणि अविश्वासनीयच होतं ते, एक असा व्यवस्थापक, जो उत्तम रिझल्ट्स देतो, तेही फारसा वेळ न घेता!

तरुणाच्या चेहऱ्यावर शंकेचं जाळं दिसताच व्यवस्थापक म्हणाला, 'तुझा अजूनही विश्वास नाहीये यावर, हो ना?'

'खरं सांगायचं झालं तर मला याची कल्पनादेखील करवत नाहीये.'

व्यवस्थापक हसून म्हणाला, 'ऐक, जर का तुला खरंच जाणून घ्यायचं असेल की, मी नक्की काय आणि कशा प्रकारचा व्यवस्थापक आहे, तर तू माझ्या टीममधल्या काही लोकांशी का नाही बोलत?'

व्यवस्थापकाने पटकन वळून आपल्या कॉम्प्युटरवरून एक लिस्ट प्रिंट केली आणि ती तरुणाला देत म्हणाला, 'थेट मला रिपोर्ट करणाऱ्या सहा जणांची नावं, त्यांचे हुद्दे आणि फोन नंबर्स असलेली ही लिस्ट.'

'यांच्यापैकी नक्की कोणाशी बोलू मी?' तरुण संभ्रमात पडला होता.

'तो निर्णय तुझा आहे. यांपैकी कोणतंही नाव निवड. यांच्यापैकी एकाशी बोल किंवा सगळ्यांशी बोल!'

'तसं नव्हे, मला असं विचारायचं होतं की, सुरुवात कोणापासून करू.'

'मी आधी म्हटल्याप्रमाणे, इतरांसाठीचे निर्णय मी घेत नाही.' व्यवस्थापकाने निक्षून सांगितलं, 'हा निर्णय तुझ्यापुरता तूच घेतला पाहिजेस.' इतकं बोलून व्यवस्थापक शांत झाला.

ती शांतता तरुणाला बोचायला लागली आणि त्याला असं वाटून गेलं की, जो निर्णय त्याचा तो घेऊ शकला असता, त्यासाठी त्याने व्यवस्थापकाला विचारण्याची काहीएक आवश्यकता नव्हती.

व्यवस्थापक उठून उभा राहिला आणि तरुणाला निरोप देण्यासाठी त्याच्या बरोबर दारापर्यंत आला नि म्हणाला, 'तुला लोकांचं नेतृत्व आणि व्यवस्थापन यांबद्दल माहिती करून घ्यायची आहे, याचं मला कौतुक वाटतं.'

व्यवस्थापक पुढे म्हणाला, 'आमच्या टीममधली लोकांशी बोलल्यानंतरही तुला काही प्रश्न असतील, शंका असतील, तर बिनदिक्कतपणे माझ्याकडे ये.'

व्यवस्थापक म्हणाला, 'एक मिनिटाचा व्यवस्थापक ही संकल्पना मला खरं तर तुला भेट म्हणून द्यायला आवडेल. मलासुद्धा ती अशीच कोणीतरी कोणे एकेकाळी दिली होती आणि त्याने माझ्या आयुष्यात आलेला बदल फार मोठा आहे. तुला ती संकल्पना कळल्यानंतर कदाचित तुला स्वतःलाही व्यवस्थापक बनायची इच्छा होईल!'

'धन्यवाद,' तरुण म्हणाला.

व्यवस्थापकाच्या ऑफिसमधून बाहेर पडतच त्याला कौर्टनी, व्यवस्थापकाची साहाय्यकारी भेटली.

'तुझ्या विचारमग्न चेहऱ्याकडे बघूनच कळतंय की, तू आमच्या व्यवस्थापकाला भेटून आणि अनुभवून आलायस.'

घडून गेलेल्या सगळ्या घटनाक्रमाचा अर्थ लावण्यात दंग असलेला तरुण म्हणाला, 'असेलही कदाचित.'

'मी तुझी काही मदत करू शकते का?' तिने विचारलं.

'नक्कीच! त्यांनी मला ही यादी दिलीय, अशा लोकांची ज्यांच्याशी मी बोलू शकतो.'

यादीकडे एक नजर टाकत ती म्हणाली, 'हम्म, यांच्यापैकी तिघं हा सबंध आठवडा फिरतीवर आहेत. मात्र टेरेसा ली, पॉल ट्रेनेल आणि जॉन लेवी आज इथे उपस्थित आहेत. मी त्यांना फोन करून ठेवते आणि ते तुला भेटून जितकी शक्य आहे, तितकी मदतदेखील करतील!'

'मी खरोखरच तुझा ऋणी आहे!'

पहिलं गुपित :

एक मिनिटाची ध्येयं

जेव्हा तरुण टेरेसा लीच्या ऑफिसमध्ये पोहोचला, तेव्हा तिने आपला चष्मा काढून बाजूला ठेवला आणि ती प्रसन्नपणे हसली. 'तू आमच्या व्यवस्थापकाला भेटून आलास असं ऐकण्यात आलंय. अवलिया आहे ना तो?'

'आहे खरा!'

'हम्म, कामाची ही पद्धत खरंच विस्मयकारक आहे. या पद्धतीचं आकलन झाल्यापासून व्यवस्थापकाला माझ्यावर किती कमी वेळ खर्ची करायला लागतो हे बघून मला अजूनही अनेकदा आश्चर्य वाटतं.'

'ओह, काय सांगता!'

'अगदी! आमची तर भेटसुद्धा होत नाही हल्ली!'

'अच्छा म्हणजे आता त्याची तुम्हाला काही मदत होत नाही तर?' तरुणाने कुतूहलाने विचारले.

'सुरुवातीला व्हायची तेवढी निश्चितच नाही. अर्थात, कुठल्याही नवीन कामाच्या किंवा जबाबदारी सोपवण्याआधी आम्ही काही वेळ एकत्र घालवतो आणि त्या वेळात आम्ही आमची एक मिनिटाची ध्येयं ठरवतो.'

'एक मिनिटाची ध्येय? म्हणजे?'

‘एक मिनिटाच्या व्यवस्थापनाच्या तीन गुपितांपैकी पहिलं गुपित म्हणजे एक मिनिटाची ध्येयं,’ टेरेसा म्हणाली.

‘तीन गुपितं?’

‘हम्म. एक मिनिटाच्या व्यवस्थापनाची पहिली पायरी म्हणजे एक मिनिटाची ध्येयं ठरवणं. कोणत्याही मोठ्या संस्थेत कर्मचारी आणि त्यांचे वरिष्ठ यांना ‘तुमच्या कामाचं स्वरूप काय?’ किंवा ‘तुम्ही नक्की काय काम करता?’ हा प्रश्न विचारला तर दोन टोकांची वेगवेगळी उत्तरं मिळतील.

‘गंमत सांगू, ज्या काही संस्थांमध्ये मी काम केलंय ना, तिथे माझ्या कामाच्या स्वरूपाचं माझं आणि माझ्या वरिष्ठांचं जर कधी एकमत झालं असेल, तर तो फक्त आणि फक्त योगायोगच म्हणावा लागेल! आणि अनेक वेळा तर अपेक्षित कामं पूर्ण ना केल्याबद्दल मला वरिष्ठांची नाराजीदेखील सहन करावी होती; पण मुळात माझ्या कामाच्या यादीत त्या गोष्टींचा समावेश होतो हेच मला माहिती नसे!’

‘आणि असं इथे, या संस्थेत होतं का?’ तरुणाने विचारलं.

‘अजिबात नाही,’ टेरेसा म्हणाली. ‘आमचा व्यवस्थापक आमची कामं आणि जबाबदाऱ्या समजून घेण्यात मदत करतो.’

‘अच्छा आणि हे नक्की कसं केलं जातं?’ आता तरुणाची उत्सुकता वाढली होती.

‘आधीपेक्षा कैक पटींनी जास्त क्षमतेने,’ टेरेसाने प्रसन्नपणे सांगितलं, ‘अगदी खरं सांगायचं झालं, तर त्याने या नवीन पद्धतीने आणि अधिक झपाट्याने काम करायला सुरुवात केल्यापासून मी त्याला एक मिनिटाचा नवा व्यवस्थापक म्हणते!’

‘म्हणजे नक्की कसं?’

‘आपण एक उदाहरण घेऊ यात,’ टेरेसा म्हणाली, ‘आमची ध्येयं आणि उद्दिष्ट्यं स्वतः ठरवण्याच्याऐवजी आम्हाला काय म्हणायचं आहे, आमचं मत काय आहे, हे तो ऐकून घेतो आणि ती ध्येयं आणि उद्दिष्ट्यं ठरवायला आम्हाला मदत करतो, अगदी आमच्या खांद्याला खांदा लावून!

आणि सगळ्यात महत्त्वाचं म्हणजे एकदा का सर्वांत महत्त्वाची ध्येयं कोणती हे ठरलं की, प्रत्येक ध्येय एकेका कागदावर नीट विस्तारित स्वरूपात लिहून काढतो.

'त्याचं असं अगदी पक्क मत आहे की, कोणतंही ध्येय आणि ते पूर्ण करण्याची मानकं – म्हणजे काय काय करण्याची आवश्यकता आहे, ते करण्यासाठी लागणारा वेळ – या सगळ्याची तपशीलवार माहिती एक किंवा फार तर दोन परिच्छेदांपेक्षा जास्त असू नये, जेणेकरून, जेव्हा त्या कामाचा आढावा घ्यायची वेळ येते, तेव्हा जेमतेम मिनिटाभरात ते काम हातावेगळं करता येतं.

'याने होतं असं की, पुन्हा पुन्हा हे पटकन नजरेखालून घालता तर येतंच; पण त्याच बरोबर नक्की काय महत्त्वाचं आहे, यावर लक्षसुद्धा केंद्रित करता येतं.

'आणि हे सगळं झालं की, शेवटी माझ्या उद्दिष्टांची यादी मी त्याला ई-मेल करते म्हणजे आम्हाला दोघांनाही ठरावीक काळानंतर त्या त्या कामाची होणारी प्रगती कळत राहते.'

'पण प्रत्येक कामाचं एक-एक पानी विवेचन लिहायचं म्हणजे प्रत्येकाचे स्वतःचेच बरेच कागद तयार होत असतील, नाही का?'

'अजिबात नाही! ८०-२० ही संकल्पना आम्ही इथे काम करताना वापरतो. या संकल्पनेप्रमाणे तुमच्या उद्दिष्टांपैकी फक्त २० टक्के उद्दिष्टांमधून तुम्हाला तुमचे सगळ्यात महत्त्वाचे ८० टक्के निकाल मिळतात, त्यामुळे आम्ही मुळातच उद्दिष्ट्यं ठेवतानाच त्या २० टक्क्यांवर जास्ती लक्ष केंद्रित करतो – हे २० टक्के म्हणजेच ज्यांना कॉर्पोरेट भाषेत key responsibility areas म्हणतात ते! एखाद्या प्रोजेक्टचा अपवाद यालाही लागू होतोच; पण मग तशा वेळी आम्ही वेगळी एक मिनिटाची उद्दिष्ट्यं ठरवतो.

'...आणि कुठलंही ध्येय किंवा उद्दिष्ट, ज्याला आपण आपल्या सोयीसाठी गोल म्हणू यात, वाचायला फार तर एक मिनिट लागत असल्यामुळे अधूनमधून पडताळणी करणंसुद्धा सहज शक्य होतं. हे असं केल्याने कुठलंही उद्दिष्ट्य चुकून राहून गेलं, असं शक्यतो घडत नाही!' टेरेसा अगदी भरभरून सांगत होती.

'...आणि अगदीच असं जाणवलं की, आम्ही आमच्या ठरलेल्या किंवा आपण म्हणू यात ठरवलेल्या उद्दिष्टांपासून भरकटतोय, तर ही पडताळणी आम्हाला पुन्हा एकदा योग्य दिशेला घेऊन जाते. यामुळे आम्हाला अपेक्षित टप्पे कमीत कमी वेळात गाठता येतात.'

'अच्छा, म्हणजे तुमचं काम तुम्ही करताय हे तुम्हीच ठरवू शकता, त्यासाठी तुम्हाला तुमच्या वरिष्ठांची किंवा व्यवस्थापकाची पावती मिळवण्यासाठी थांबून राहावं लागत नाही!' हे सगळं ऐकून विचारात गढलेला तरुण टेरेसाला म्हणाला.

'बरोबर!'

'म्हणजे एका अर्थी बघायला गेलं तर तुम्ही स्वतःच तुमचं व्यवस्थापन करताय तर!'

'अगदी!' टेरेसा मानेला हलकासा झटका देत म्हणाली.

'...आणि मुळात आमचं काम काय आहे, आमच्याकडून काय अपेक्षित आहे हे आम्हाला अगदी तंतोतंत माहिती असल्याने हे खरं तर अजूनच सोप्पं होतं! अर्थात, काम काय असतं आणि ते कसं केलं पाहिजे, याचं प्रात्यक्षिक आम्हाला आमच्या व्यवस्थापकाकडून मिळतच असतं. थोडक्यात काय, तर इथे नक्की काय अपेक्षित आहे यामध्ये कुठल्याही शंकेला वाव नाहीये!

'मात्र, आमच्यापैकी बरेच जणं दुरस्थपणे म्हणजे Mremotely काम करतात आणि त्या प्रत्येकाला भेटणं व्यवस्थापकालादेखील शक्य होतंच असं नाही; पण तरीही या अडचणींवर मात करून तो इतर उपाययोजना शोधून काढतोच.'

'हम्म, मला याचं एखादं उदाहरण देऊ शकाल का?'

'नक्कीच!' टेरेसा म्हणाली, 'माझ्या मुख्य उद्दिष्टांपैकी एक महत्त्वाचं म्हणजे काय प्रॉब्लेम आहे, ते शोधणे आणि त्याहून महत्त्वाचं म्हणजे त्यावर जालीम उपाय शोधणे.

'इथे नवीनच रुजू झाले असताना मी एकदा फिरतीवर होते आणि त्यादरम्यान एक अडचण उद्‌भवली; पण नक्की काय करायचं, याबद्दल मला पुरेशी खात्री नसल्यामुळे मी त्याला म्हणजेच व्यवस्थापकाला फोन

केला. त्याने फोन उचलताच क्षणी माझं पहिलं वाक्य होतं, 'मला जरा एक अडचण आलीय...' आणि ती अडचण काय आहे हे सांगायच्या आतच तो म्हणाला, 'उत्तम! तीच सोडवण्यासाठी तर तुला या जागी नियुक्त केलंय.' आणि इतकं बोलून झाल्यावर पलीकडे फक्त शांतता होती!

'यावर काय बोलायचं हे मला काही केल्या कळत नव्हतं. तोंडातून शब्दसुद्धा फुटत नव्हता खरं तर. शेवटी कसं बसं मी त्याला म्हणाले, 'पण मला हा प्रॉब्लेम कसा सोडवायचा याची काही एक कल्पना नाहीये.'

'टेरेसा, इथून पुढे, तुझ्या सगळ्या ध्येयांपैकी अतिशय महत्त्वाचं म्हणजे तुझे प्रॉब्लेम्स तुझे तू ओळखायचे आणि सोडवायचे; पण तू नुकतंच इथे काम करायला सुरुवात केली आहेस म्हणून मी या वेळी तुला मदत करेन. सांग, काय अडचण आली आहे तुला?'

'...आणि त्यानंतर नक्की काय अडचण होती हे सांगायचा एक अतिशय दुबळा प्रयत्न मी केला; पण या सगळ्यात झालं असं की, भीतीमुळे मी प्रचंड फापटपसारा सांगत बसले, विनाकारण बचावात्मक पवित्रा घेत गेले.

'पण व्यवस्थापकाने अतिशय सौम्य आणि शांत स्वरात मला सांगितलं, 'नक्की कोण काय करतंय किंवा कोण काय करत नाहीये आणि त्यामुळे काय घडतंय हे मला सांग बघू.'

'त्याचं बोलणं ऐकताच क्षणी माझ्या मनातले माझे विचार नाहीसे झाले आणि नक्की अडचण काय आणि कुठे आहे यावर मी लक्षपूर्वक विचार करायला लागले आणि मग त्याने सांगितलेल्या पद्धतीने त्या अडचणी त्याच्यापर्यंत पोहोचवल्या.

'हम्म, छान, छान टेरेसा! आता मला सांग, तुला आत्ता इथे काय घडायला हवं आहे?'

'मला नक्की नाही सांगता येणार,' मी म्हणाले.

'बरं, मग तुला कळलं की मला फोन कर!' तो म्हणाला.

'त्या क्षणाला मी विस्मयाने गारठले होते. काय बोलावं हेच कळत नव्हतं. शेवटी त्यानेच त्या शांततेचा भंग केला.

तो मला म्हणाला, 'जर काय घडायला हवं आहे हेच तुला कळत नसेल, तर तुला अजून कुठलीही अडचण आलेली नाहीये. आत्ता तू फक्त तक्रार करतेयस. एक लक्षात घे, जेव्हा आपल्याला काय व्हायला हवंय आणि प्रत्यक्षात काय घडतंय यात तफावत असते, तेव्हाच खरी अडचण असते.'

मुळातच माझं आकलन उत्तम असल्यामुळे, 'काय व्हायला हवंय' आणि 'काय होतंय' यातला फरक मला लक्षात आला. मी त्याला तसं सांगितल्यावर त्याने मला या तफावतीची कारणमीमांसा करायला सांगितली.

'मग यावर उपाय काय? काय करणार आहेस तू?' त्याने मला विचारलं.

'मला वाटतं मी 'अ' गोष्ट केली पाहिजे.'

'आणि 'अ' गोष्टीने ही तफावत दूर होणार आहे का?' त्याने विचारलं.

'नाही,' मी म्हणाले.

'म्हणजे तू सांगतेयस तो उपाय नसून, वेळ मारून नेणं आहे. याशिवाय तू अजून वेगळं काय करू शकतेस?' त्याने पुन्हा विचारलं.

'मी 'ब' करू शकते,' मी म्हणाले.

'आणि 'ब'ने ही तफावत दूर होणार आहे का?' त्याने विचारलं.

'नाही.' मला हळूहळू कळत होतं, काय घडतंय ते.

'म्हणजे तोही उपाय आपल्या उपयोगाचा नाही! हे सोडून तू अजून काय करू शकतेस?'

त्यानंतर मी दोन मिनिटं विचार केला आणि म्हणाले, 'मी 'क' करू शकते; पण त्यानेदेखील मला जे हवं आहे ते साध्य होणार नाहीये म्हणजे हाही उपाय योग्य नाहीच, हो ना?'

'बरोबर! आता तुला नेमकं कळतंय!' तो हसत हसत म्हणाला. 'काय वाटतंय, अजून काही करू शकतेस?'

थोडीशी भीड चेपल्यामुळे मीही किंचित हसले आणि म्हणाले की, कदाचित, या तिन्ही उपायांना एकत्र करून त्यातून काहीतरी वेगळा उपाय काढू शकते.

'मला वाटतं हे करून बघायला हरकत नाही,' तो म्हणाला.

'खरं तर मला वाटतं, या आठवड्यात 'अ', पुढच्या आठवड्यात 'ब' आणि त्यानंतर १५ दिवसांनी 'क' केलं तर ही अडचण नक्की दूर होईल. वाह! हे फारच छान झालं. खूप खूप धन्यवाद, माझी अडचण सोडवून दिल्याबद्दल,' मी म्हणाले.

'मी काहीच नाही केलं,' तो म्हणाला. 'मी फक्त तुला योग्य प्रश्न विचारत गेलो, जे पुढल्या वेळेपासून तू स्वतःच स्वतःला विचारू शकशील.'

'तो कितीही म्हणाला तरी हे त्यानेच सोडवलं होतं हे मला अगदी पक्कं माहिती होतं. अडचणी सोडवण्याचा योग्य मार्ग त्यांनी मला दाखवला होता आणि इथून पुढे माझ्या अडचणीचा मुकाबला माझा मी करायला मोकळी होते!'

'हम्म, चांगली कामगिरी म्हणतात ते हेच का?' तरुणाने विचारलं.

'अगदी! काय केलं पाहिजे हे माझा व्यवस्थापक मला करून दाखवतो म्हणजे त्यातून मला शिकता येतं.

आमच्या त्या संभाषणाच्या शेवटी तो म्हणाला, 'टेरेसा, तू चांगलं काम करतेयस. पुढल्या वेळी अडचण आली, की हे लक्षात ठेव.'

खुर्चीत रेललेली टेरेसा तिच्या आणि व्यवस्थापकाच्या त्या पहिल्याच संभाषणाच्या आठवणीत रमली होती.

'मला अगदी पक्कं आठवतंय, नंतर कितीतरी वेळ माझ्या चेहऱ्यावर हसू खेळत होतं. मला हे लक्षात आलं होतं की, तो जे काही करत होता, त्यामुळे त्याला भविष्यात माझ्याबरोबर या सगळ्या क्रियेत सहभागी होण्याची गरज भासणार नव्हती.'

'कारण, तुझ्या अडचणी स्वतःच सोडवायला तू शिकणार होतीस.'

'हो! टीममधल्या प्रत्येकाने आपापलं काम अधिक उत्तम आणि भराभर करायला शिकावं आणि त्याचा पूर्ण आनंदसुद्धा घ्यावा अशीच त्याची इच्छा आहे.'

तरुण थोडा विचारात पडला आणि मग म्हणाला, 'हम्म. या पद्धतीने संस्था अधिक प्रतिसादक्षम होऊ शकते, याचा अंदाज येतोय मला. जितके

जास्त लोक आपलं काम स्वतः करतील, तितकं हे अधिक समृद्ध होत जाईल.

'आपण आता जे बोललो, त्याचा एक गोषवारा मी माझ्यासाठी लिहून घेतला तर चालेल का?

'मला वाटतं तसं करणं निश्चितच उत्तम ठरेल,' टेरेसा पटकन म्हणाली.

तरुणाने लिहिलं :

एक मिनिटाची ध्येयं : गोषवारा

एक मिनिटाची ध्येय यशस्वी होण्यासाठी तुम्हाला :

१. वेगवेगळी ध्येयं एकत्र ठरवा आणि त्यांचे तपशील संक्षिप्त आणि स्पष्ट प्रकारे लिहून काढा.

२. तुमच्या टीममधल्या प्रत्येकाला त्यांचं एकेक ध्येय एकेका कागदावर ते पूर्ण करण्याच्या तारखेसहित नमूद करायला सांगा.

३. त्या त्या दिवशी त्यांना त्यांची सगळ्यात महत्त्वाची उद्दिष्ट्यं ठरवायला किंवा पुन्हा तपासायला सांगा, यात फारतर काही मिनिटांचा वेळ लागेल.

४. टीममधल्या प्रत्येकाला ते प्रत्यक्षात करत असलेलं काम आणि त्यांच्याकडून अपेक्षित असलेले निकाल यांचा परस्परसंबंध जोखण्यासाठी एक मिनिटाचा वेळ घेण्यासाठी प्रोत्साहित करा.

५. ...आणि तो तसा संबंध नसेल, तर काय केल्याने लवकरात लवकर ते बदलता येईल, यावर विचार करण्यासाठी प्रोत्साहित करा.

तरुणाने केलेल्या नोंदी टेरेसाला दाखवल्या.

'बरोबर! भर्रकन शिकतोस की तू!' ती म्हणाली.

'धन्यवाद,' तरुण तिला म्हणाला. आता त्याला स्वतःबद्दल बरंच प्रसन्नसुद्धा वाटत होतं.

'एक मिनिटाचा व्यवस्थापक बनण्यासाठी पहिली पायरी/पहिलं रहस्य जर का एक मिनिटाची ध्येयं ठरवणं ही असेल, तर बाकीच्या दोन पायऱ्या कोणत्या आहेत?'

घड्याळाकडे बघत, प्रसन्नपणे हसत टेरेसा म्हणाली, 'माझ्यानंतर तू पॉल ट्रेनेलला भेटणार होतास, नाही का? या प्रश्नाचं उत्तर तू त्यालाच विचारतोस का?'

आपलं वेळापत्रक टेरेसाला तोंडपाठ आहे हे बघून तरुणाला आश्चर्य वाटलं. तो खुर्चीतून उठत, तिच्याशी हस्तांदोलन करत म्हणाला, 'नक्कीच! माझ्यासाठी इतका वेळ काढल्याबद्दल धन्यवाद.'

'तुझं स्वागतच आहे. हल्ली माझ्याकडे मोकळा वेळ भरपूर असतो. तुला बहुधा लक्षात आलंच असेल, मीही आता एक मिनिटाची नवी व्यवस्थापक बनण्याच्या मार्गावर आहे ते!'

'म्हणजे काय बदल घडतायेत हे बघत जाणे आणि तीन रहस्य वापरण्यासाठीच्या नवनवीन क्लृप्त्या शोधत जाणे?'

'हो तर! सातत्याने होणाऱ्या बदलांशी जुळवून घेत राहणे हे माझ्या मुख्य ध्येयांपैकी एक आहे!'

दुसरं गुपित :

एक मिनिटाची प्रशंसा

टेरेसाच्या ऑफिसमधून तरुण बाहेर पडला, तोच मुळात या सगळ्याच्या साधेपणाने, सुबोधतेने मोहित होऊन. योग्यच आहे, त्याने मनाशी विचार केला की, *गोल म्हणजेच ध्येयं आणि चांगली कामगिरी नक्की कशी असते ते तुम्ही आणि तुमच्या टीमने प्रत्यक्षात अनुभवल्याखेरीज तुम्ही उत्तम व्यवस्थापक होणार तरी कसे?*

तो पॉल ट्रेनेलच्या ऑफिसमध्ये पोहोचला, तेव्हा इतक्या अल्पवयीन माणसाला तिथे बघून त्याला आश्चर्याचा धक्काच बसला होता. पॉल फार तर विशी आणि तिशीच्या उंबरठ्यावर असावा, असं दिसत होतं.

'आमच्या व्यवस्थापकाला भेटून आलायंस ना? अगदी अवलिया आहे ना तो?'

एव्हाना, व्यवस्थापकाला अवलिया म्हणलं जातं याची आपल्या तडफदार तरुणाला सवय व्हायला लागली होती.

'आहे खरा!'

'त्याने त्याच्या व्यवस्थापन पद्धतीबद्दल सांगितलं तुला?'

'सांगितलं तर! पण खरं आहे का ते?' तरुणाने विचारलं. त्याला बघायचं होतं की, ट्रेनला आणि टेरेसाच्या उत्तरात फरक पडतोय का!

'अर्थातच! अगदी १००% खरं आहे! मी आधी जिथे काम करायचो, तिथे माझा बॉस मला मायक्रोमॅनेज करायचा म्हणजे मी काय आणि कसं

करतोय हे सगळं तोच सांगायचा; पण आमच्या या एक मिनिटाच्या नव्या व्यवस्थापकाच्या त्या जुनाट पद्धतींवर विश्वासच नाहीये!'

'हम्म; पण म्हणजे तुला मदत मिळत नाही, असंच म्हणतोयस ना तू?'

'हम्म, मी शिकत असताना जितकी मदत तो करायचा तितकी आता निश्चितच करत नाही, कारण आता त्याचा माझ्यावर विश्वास आहे!

'मात्र, कुठल्याही नवीन प्रोजेक्ट किंवा जबाबदारी देण्याआधी तो मला निश्चितच वेळ देतो.'

'हो, एक मिनिटाच्या ध्येयांबद्दल मी नुकतंच ऐकलंय,' तरुण मध्येच म्हणाला.

'पण खरं तर मी एक मिनिटांच्या ध्येयांबद्दल नव्हतो बोलत! माझ्या बोलण्याचा रोख एक मिनिटाच्या प्रशंसेकडे होता.'

'एक मिनिटाची प्रशंसा? हेच ते दुसरं गुपित का?'

'हो. मी इथे काम करायला सुरुवात केल्यानंतर तो काय करणार आहे, हे माझ्या व्यवस्थापकाने आधीच स्पष्ट केलं होतं.'

'अच्छा आणि ते नक्की काय होतं?'

'त्याने मला सांगितलं की, जर तो मला कामाचा अतिशय सुस्पष्ट असा अभिप्राय देत गेला तर माझ्यासाठी अधिक चांगली कामगिरी करणं सहज शक्य होईल. मला यशस्वी होण्यासाठीसुद्धा याची मदत होईल, असं तो म्हणाला. कारण, त्याच्या मते माझ्यात उपजत बुद्धी होती आणि मी इथे काम करावं अशी त्याची मनापासून इच्छा होती. त्याचबरोबर मी माझ्या कामाचा आंनद घेत घेत संथेच्याही उपयोगी यावं, असा त्याचा उद्देश होता.

'मग तो असंही म्हणाला की, मी कधी चांगलं काम करतोय आणि कधी नाही हे तो मला वेळोवेळी नेमक्या पद्धतीने सांगेल. अर्थात, त्याचबरोबर त्याने मला हेदेखील सांगितलं की कदाचित सुरुवातीला हे आम्हा दोघांनाही काहीसं अवघड जाईल.'

'का?'

‘कारण, बहुतांश व्यवस्थापक या पद्धतीने व्यवस्थापन करत नाहीत; पण त्याचबरोबर त्याने मला ही जाणीवसुद्धा करून दिली की, जर मला माझ्या कामात यशस्वी व्हायचं असेल तर मला लवकरच लक्षात येईल की अभिप्राय किंवा ज्याला कॉर्पोरेट भाषेत आपण फीडबॅक म्हणतो, तो या प्रक्रियेचा एक अविभाज्य घटक आहे.’

‘हम्म, पण तू जे सांगतोयस त्याचं एखादं उदाहरण देऊ शकशील का?’

‘जरूर!’ पॉल म्हणाला, ‘मी इथे काम करायला सुरुवात केल्यानंतर मला हे लक्षात आलं की, एक मिनिटाची आमची ध्येयं ठरवून झाल्यानंतरदेखील माझा व्यवस्थापक माझ्या सतत संपर्कात राहिला.’

‘आणि हे त्याने नक्की कसं केलं?’

‘दोन पद्धतींनी. एक म्हणजे त्याने माझ्या कामाकडे लक्ष ठेवलं. अगदी जवळून. आम्ही कितीही दूर असलो तरीही तऱ्हेतऱ्हेच्या माहितीच्या आधारे माझं काम नक्की कसं चाललं आहे हे त्याला बरोबर कळायचं. दुसरं म्हणजे माझ्या कामातल्या प्रगतीचे रिपोर्ट्स मी त्याला पाठवत असे, तसं त्याने माझ्यावर बंधनकारकच केलं होतं.’

‘आणि तुला नक्की कसं वाटलं त्याबद्दल?’

‘हम्म, सुरुवातीला मला जरा अवघडल्यासारखं वाटलं. थोडं विचित्रच, खरं तर! आणि मग मला आठवलं, तो मला म्हणाला होता की, सुरुवातीचे काही दिवस तो माझ्यावर अगदी डोळ्यात तेल घालून लक्ष ठेवणार आहे. कारण, त्याला मला योग्य काही तरी करताना पकडायचं होतं.’

‘योग्य काही तरी करताना?’ भांबावलेला तरुण म्हणाला.

‘हो! इथे एक वाक्प्रचार आहे आणि इथला प्रत्येक व्यवस्थापक तो वाक्प्रचार अक्षरशः जागतो.’

★

इतरांना त्यांच्या पूर्ण
क्षमतेपर्यंत पोहोचायला
मदत करा.

काही तरी योग्य करत
असताना त्यांना पकडा.

★

आजतागायत अनेक व्यवस्थापकांना भेटूनही तरुणाने कुठल्याच व्यवस्थापकाला अशा प्रकारे वागताना बघितलं नव्हतं.

पॉल पुढे सांगू लागला, 'मला सांग, बहुतांश संस्थांमध्ये व्यवस्थापकांचा वेळ लोकांना काय करताना पकडण्यात जातो?'

तरुणाने छानसं स्मितहास्य करत सांगितलं, 'काहीतरी चुकीचं करताना.'

'बरोबर! पण इथे आपला भर सकारात्मकतेवर आहे आणि म्हणून आपण त्यांना काहीतरी योग्य करत असताना पकडतो. विशेषतः तर त्यांनी नव्याने एखाद्या कामाला किंवा प्रोजेक्टला सुरुवात केली असेल तर.'

तरुणाने काही नोंदी करून घेतल्या आणि म्हणाला की, पण मग जेव्हा तो तुम्हाला काहीतरी योग्य करताना पकडतो, तेव्हा काय होतं?

'तेव्हा आम्हाला एक मिनिटाची प्रशंसा ऐकायला मिळते!' पॉल प्रसन्नपणे म्हणाला.

'आणि ते काय असतं?' तरुणाने विचारलं.

'जेव्हा तुम्ही काहीतरी चांगलं केल्याचं तो बघतो, तेव्हा तो तुम्हाला तुम्ही नेमकं काय चांगलं केलंत आणि त्याने त्याला किती बरं वाटलं ते सांगतो.

'तुम्हाला ते सगळं तितक्याच प्रकर्षाने जाणवावं म्हणून तो तुम्हाला क्षणभराची विश्रांती देतो आणि तुमच्या डोळ्यात किंवा देहबोलीत ते तुमच्यापर्यंत पोहोचल्याच दिसतंय की नाही ते बघतो. त्यानंतर तो आधीच्या प्रशंसेचा पुनरुल्लेख करतो आणि अशाच प्रकारे उत्तम काम करत राहण्यासाठी प्रोत्साहित करतो.'

'मला नाही वाटत मी आजवर कुठल्याही व्यवस्थापकाला असं काहीही करताना बघितलं किंवा ऐकलं आहे. फारच छान वाटत असेल नाही का यामुळे?' तरुण म्हणाला.

'अगदीच, आणि त्याला बरीच कारणं आहेत. एकतर मी जी काही चांगली कृती केली असेल, त्यानंतर थोड्याच काळात मला त्याच्याबद्दल प्रशंसित केलं जातं.' मग हळूच पुढे झुकून पॉल म्हणाला, 'त्याचं काय

आहे ना, मला माझ्या कामावर फीडबॅक मिळवण्यासाठी वर्षभर वाट बघावी लागत नाही!'

'खरंय. आपण करतोय ते योग्य की नाही हे जाणून घेण्यासाठी वर्षभर थांबायला लागणे म्हणजे एक दिव्यच असतं.'

'खरंय! दुसरं म्हणजे नेमकी कोणती चांगली गोष्ट केली आहे हे तो आवर्जून सांगतो, त्यामुळे मी जे करतोय ते योग्य आणि प्रामाणिक आहे हे त्याच्यापर्यंत पोहोचतंय याची मलाही खात्री पटते. तिसरं म्हणजे त्याच्यात सातत्य दिसून येतं.'

'सातत्य?' तरुणाने विचारलं.

'हम्म. प्रत्येक वेळी जेव्हा जेव्हा मी माझं काम नीट करतो, प्रामाणिकपणे करतो आणि कौतुकाची एक थाप कमावलेली असते, त्या त्या वेळी तोही ती न विसरता देतो. मग भलेही त्या वेळी त्याच्या खाजगी किंवा व्यावसायिक आयुष्यात काहीही आणि कितीही अडचणी आलेल्या असोत. इतरत्र कुठेतरी घडणाऱ्या काही गोष्टींमुळे तो अस्वस्थ आहे हे मला दिसत असलं तरीही आणि अशा परिस्थितीतही तो फक्त स्वतःचा विचार न करता माझासुद्धा विचार करतो. त्याचं मला अतिशय कौतुक वाटतं.'

'पण ही अशी प्रशंसा करणं यात त्याचा बराच वेळ जात असेल, नाही का?' तरुणाने विचारलं.

'नाही! असं बघ, या पद्धतीमध्ये कोणाचीही प्रशंसा करण्यासाठी फार वेळ खर्ची करण्याची गरजच नाहीये! ती प्रशंसाच मुळात तुमचं त्या व्यक्तीकडे लक्ष आहे हे दाखवून देण्यासाठी पुरेशी असते. खरं बघितलं तर याला जेमतेम एक मिनिट लागतो.'

'आणि म्हणूनच याला एक मिनिटाची प्रशंसा म्हणलं जातं, हो ना?' तरुण म्हणाला.

'बरोबर!' पॉल म्हणाला.

'म्हणजे असं म्हणता येईल का की, तुमचा व्यवस्थापक सतत तुम्ही योग्य काहीतरी करण्याच्या मागावर असतो?' तरुणाने विचारलं.

'छे, छे! अजिबातच नाही,' पॉल म्हणाला, 'याची गरज खरं तर सुरुवातीला जास्त असते, जेव्हा एखाद्याने इथे नव्याने काम करायला सुरुवात केली किंवा नवीन प्रोजेक्ट अथवा नवीन जबाबदारी घेतली असेल तेव्हा; पण एकदा का तुम्हाला तुमच्या कामाचा अंदाज येत गेला आणि व्यवस्थापकाला तुमच्यावर विश्वास आहे, याची तुमची खात्री पटली की, मग तो तुम्हाला म्हणावं तितकं वरचेवर भेटतसुद्धा नाही!'

'अच्छा? पण सुरुवातीला दिलेल्या विशेष वागणुकीच्या हे अगदी विरुद्ध नाही का?' तरुणाने विचारले.

'नाही. कारण, तुम्हाला आणि त्याला संपर्कात राहण्याचे इतर मार्ग उपलब्ध आहेत आणि तुमची कामगिरी प्रशंसनीय झाली आहे हेही तुम्हा दोघांना इतर माध्यमांमधून कळणार आहेच. तुम्ही वेगवेगळी माहिती, विक्रीचे रिपोर्ट्स इत्यादी गोष्टी एकत्रितपणे पडताळून बघू शकता.'

'आणि काही काळातच,' पॉल म्हणाला, 'तुम्हाला स्वतःला तुम्ही योग्य पद्धतीने पुढे जात असल्याचं लक्षात यायला लागतं. तुम्ही स्वतःच स्वतःची प्रशंसा करू लागता. पुन्हा त्याच्याकडून कौतुकाची थाप कधी मिळेल याची प्रतीक्षा असली तरीही – आणि तो अधून मधून तुमची प्रशंसा करतही असतो आणि त्याच्या अनुपस्थितीत तेवढीच एक गोष्ट तुम्हाला तारुन नेते. काहीसं विलक्षण आहे हे. मी माझ्या सबंध आयुष्यात इतके कष्ट घेऊन कधीही काम केलं नव्हतं आणि कामाचा इतका आनंदसुद्धा कधी घेतला नव्हता.

'त्याचंही कारण सांगतो : कारण, आता मला माहिती असतं, की जर एखादी मिनिटाभराची प्रशंसा माझ्या वाट्याला आली तर त्याचा सोपा अर्थ असा की, मी ती कमावली आहे आणि यातूनच आत्मविश्वास दुणावतो, त्याच्या इतकं महत्त्वाचं दुसरं काहीही नाही!'

'इतका का महत्त्वाचा वाटतो तुला आत्मविश्वास?'

'कारण, कमावलेला आत्मविश्वास तुम्हाला भोवताली घडणाऱ्या बदलांशी जुळवून घ्यायला मदत करतात. या बदलत्या मार्केटमध्ये पुढे राहायचं असेल तर आमच्यावर नावीन्यपूर्ण बदल घडवून आणायची जबाबदारीही आमचीच आहे.'

'अच्छा म्हणून तुझा व्यवस्थापक तुला स्वतंत्रपणे अडचणींवर तोडगे शोधण्याची संधी देतो म्हणजे स्वतः ते सोडवून देण्यापेक्षा तो तुझ्या क्षमतेवर अधिक विश्वास ठेवतो, असंच ना?'

'हो आणि यामुळे व्यवस्थापकाचा वेळसुद्धा वाचतो आणि मी माझ्या टीममधल्या लोकांबरोबर अगदी हीच प्रक्रिया राबवतो, त्यामुळे तेही अधिक स्वतंत्र आणि सक्षम होत आहेत.'

'हम्म, मला आता कुठे याची एक रूपरेषा दिसायला लागली आहे! एक मिनिटाच्या ध्येयांना पुढे प्रशंसेशी बांधलं आहे, ज्यामुळे लोकांची सर्वोत्तम बाजू बाहेर यायला मदत होते.'

'बरोब्बर!'

'मला एक पाच मिनिटं देऊ शकशील का? एक मिनिटाची प्रशंसा नक्की कशी वापरावी, यावर मी काही नोंदी करून घेतो.'

'नक्कीच!' पॉल म्हणाला.

तरुणाने आपल्या वहीत लिहिलं :

एक मिनिटाची प्रशंसा : गोषवारा

एक मिनिटाची प्रशंसा प्रभावी होण्यासाठी :

पहिला अर्धा मिनिट :

१. जमेल तितकी लवकर लोकांची प्रशंसा करा.

२. लोकांनी नक्की काय योग्य केलं आहे हे त्यांना कळू द्या – स्पष्टपणे बोला.

३. लोकांनी योग्य पद्धतीने काम केल्यामुळे तुम्हाला किती समाधानकारक/छान वाटत आहे आणि ते कसे उपयोगी आहे हे लोकांपर्यंत पोहोचवा.

विश्रांती :

४. क्षणभर विश्रांती घेऊन लोकांना त्यांनी केलेल्या कामाबद्दल अभिमान वाटण्यासाठी वेळ द्या.

दुसरा अर्धा मिनिट :

५. लोकांना अशाच प्रकारे कामगिरी करण्यासाठी प्रोत्साहित करा.

६. तुमचा त्यांच्यावर असलेला विश्वास आणि त्यांना असलेला पाठिंबा जाहीरपणे बोलून दाखवा.

‘मग, जर एक मिनिटाची ध्येयं आणि प्रशंसा हे अनुक्रमे पाहिलं आणि दुसरं गुपित असेल तर तिसरं गुपित कोणतं आहे?’

‘तुला त्याबद्दल जॉन लिवायशी बोलायला आवडेल बहुधा. माझ्या माहितीप्रमाणे इथून गेल्यानंतर तू त्याच्याशीच बोलायला जाणार आहेस, नाही का?’ खुर्चीतून उठत पॉल म्हणाला.

‘हो. तुझा अमूल्य वेळ दिल्याबद्दल मला तुझे आभार मानायचे आहेत!’

‘हाहा, सध्या वेळ ही अशी एक गोष्ट आहे जी माझ्याकडे मुबलक प्रमाणात आहे. मला वाटतं मी स्वतःच एक मिनिटाचा नवा व्यवस्थापक होण्याकडे वाटचाल करतोय!’

तरुणाने फक्त मान डोलावली. या संस्थेत त्याने हे वाक्य आधीही ऐकलं होतं.

बिल्डिंगमधून बाहेर पडून तो जवळच्या झाडीमध्ये गेला, त्याला आत्तापर्यंत हातात येत असलेल्या गोष्टींचा स्वतःशीच नीट अर्थ लावायचा होता.

पुन्हा एकदा नव्याने ऐकलेल्या सहजता आणि सामान्य व्यावहारिकता यांनी तो अचंबित झाला होता. लोकांना *एखादी चांगली कृती करताना पकडण्यामागच्या या परिणामकारकतेवर तो काय आणि कसे प्रश्न उपस्थित करणार होता? अगदी हेच हवं असतं ना प्रत्येकाला!* तरुणाच्या मनात विचारांचं थैमान चाललं होतं.

पण खरंच या एक मिनिटाच्या प्रशंसेचा उपयोग होत असेल का? मुळातच ही एक मिनिटाची व्यवस्थापन पद्धत संस्थेच्या तळाशी पोहोचू शकत होती का? की तिथे ती निष्प्रभ होती?

तो चालत राहिला तसतशी परिणामांबद्दलची त्याची उत्कंठा वाढत गेली. तो व्यवस्थापकाच्या साहाय्यकाकडे परत आला आणि त्याने त्याची जॉन लिवाय बरोबरची भेट सकाळवर ढकलता येईल का, अशी विचारणा केली. या विलंबाच कारण सांगताना तो म्हणाला की, जॉनशी संवाद साधण्याआधी संस्थेच्या सगळ्या विभागांची अचूक माहिती असेल, अशा कोणाशी तरी बोलणं त्याला नितांत गरजेचं होतं.

'उद्या सकाळी अगदीच चालेल म्हणतोय जॉन,' कोर्टनी फोन ठेवता ठेवता म्हणाली.

तिने डाउनटाउनमध्ये फोन करून तरुणाला हवी असलेली नवी मीटिंग अॅरेंज करून दिली. तो तिथे लिझ अकिनोला भेटणार होता. 'मला खात्री आहे की, तुझ्या सगळ्या शंकांचं निरसन लिझ करेल आणि तुला अपेक्षित माहितीसुद्धा देईल.'

तिला धन्यवाद देऊन तो तिथून निघाला आणि भुकेची जाणीव झाल्याने समोरच्या हॉटेलमध्ये बसून पुढच्या मीटिंगची तयारी करू लागला.

मूल्यांकन

दुपारचं जेवण झाल्यानंतर तरुण लिझ अकिनोला भेटण्यासाठी डाउनटाउनला गेला. त्याच्या येण्याचं मोघम कारण सांगून झाल्यानंतर त्याने सरळ सरळ मुद्द्याला हात घातला. 'तुमच्याकडे असलेल्या माहितीच्या आधारे, या संस्थेतल्या सगळ्या ऑपरेशन्सपैकी सर्वोत्कृष्ट कोणतं आहे?'

काही वेळ तसाच गेला आणि लिझ म्हणाली, 'त्यासाठी तुला फार शोधायची गरज नाही. एक मिनिटाच्या नव्या व्यवस्थापकाचं ऑपरेशन हेच संस्थेतलं सर्वांत उत्तमरीत्या सांभाळलं जाणारं ऑपरेशन आहे. ते सगळ्यात प्रभावी आणि कार्यक्षम आहे. हे गेले कित्येक वर्षं अगदी असंच आहे. भोवतालचं जग कितीही झपाट्याने बदललं तरीही त्या बदलांशी तो जुळवून घेतो. अगदीच अवलिया आहे तो, नाही का?'

'निश्चितच! पण त्याच्याकडे या सगळ्यासाठी लागणारी उपकरणं आणि तंत्रज्ञान आहे का?' तरुणाने विचारलं.

'अजिबात नाही. खरं तर त्याच्याकडे असलेल्या या सगळ्या गोष्टी अगदी पुरातन आहेत,' लिझ म्हणाली.

एक मिनिटाच्या नव्या व्यवस्थापकाच्या पद्धतीने भारावलेला तरुण म्हणाला, 'पण तो स्वतः काही परफेक्ट असू शकत नाही. त्याची उलाढाल कशी आहे?'

'हम्म तसं बघायचं झालं तर ती बऱ्यापैकी आहे. त्याच्या टीममधले लोक त्याचा विभाग सोडून जातात,' लिझ म्हणाली.

'आहा!' अखेर काहीतरी हाताला लागल्याच्या समाधानात तरुण उद्गारला.

'आणि ते सोडून गेले की त्यांचं काय होतं?' तरुणाने विचारलं.

'सामान्यतः, आम्ही त्यांना त्यांचे स्वतंत्र ऑपरेशन देतो,' लिझ म्हणाली. 'लोकांना घडवण्यात त्याच्या इतका कुशल आमच्याकडे कोणीही नाही. जेव्हा केव्हा म्हणून एखादं रिक्त पद भरायची वेळ येते, त्या त्या वेळी आम्ही त्याच्याशीच थेट संपर्क साधतो. त्या जागेसाठी योग्य असा एखाद दुसरा उमेदवार त्याच्या माहितीत हमखास असतोच.'

तशाच भारावलेल्या अवस्थेत त्याने लिझचे आभार मानले, विशेषतः तिने दिलेल्या वेळाबद्दल.

आणि अनपेक्षितपणे, इथे त्याला अगदी वेगळा प्रतिसाद मिळाला.

'तुला भेटण्यासाठी मी वेळ काढू शकले, याचा मलाही आनंद आहे. कारण, पुढच्या आठवड्याचं माझं वेळापत्रक अगदी गच्चं भरलं आहे. बऱ्याचदा मला वाटत की, तो हे काय आणि कसं करतो, हे मला माहिती असतं तर कितीतरी बरं झालं असतं. त्याला भेटायची माझी इच्छा मला वेळच काढता येत नसल्याने अपूर्णच राहिली आहे!' ती म्हणाली.

'एकदा का मला त्याची ही गुपितं कळली की, मी ती तुला भेट म्हणून देईन म्हणजे जसं त्याने ती मला दिली, तसंच!' तरुण स्मितहास्य करत म्हणाला.

'ते निश्चितच अमूल्य असेल!' लिझ हसत म्हणाली. आपल्या पसरलेल्या ऑफिसकडे नजर टाकत ती म्हणाली, 'मला आता मिळेल ती कोणतीही मदत हवी आहे!'

लिझच्या ऑफिसमधून बाहेर पडून तरुण चालायला लागला. व्यवस्थापकाने त्याला आता पुरतं भारावून सोडलं होतं.

तरुणाची त्या रात्रीची झोप अत्यंत अस्वस्थ होती, बहुधा तिसऱ्या गुपितामुळे!

तिसरं गुपित :

एक मिनिटाचे पुनर्निदेश

दुसऱ्या दिवशी सकाळी बरोबर नऊच्या ठोक्याला तो जॉन लिवायच्या ऑफिसमध्ये दाखल झाला. नेहमीप्रमाणे व्यवस्थापकाच्या अवलिया असण्यासंबंधी एक छोटासा संवाद झालाच; पण एव्हाना या प्रश्नाला अनुमोदन द्यावं इतपत तरुणाला कळू लागलं होतं. 'अगदीच!' तरुण मनापासून म्हणाला.

'फारच कमाल आहे तो! तो इथे अनेक वर्षं आहे; पण बदलत्या काळाबरोबर बदलत राहण्याची कला त्याला साध्य झाली आहे. त्याचा दृष्टिकोन इथल्या सगळ्या गोष्टी काळाशी सुसंगत ठेवण्याला जबाबदार आहे. त्याची बुद्धी अतिशय विकसित आणि तीक्ष्ण आहे!

'त्याच्याबद्दल आवर्जून सांगण्यासारखी एक गोष्ट म्हणजे आमच्याकडून झालेल्या चुकांना प्रतिक्रिया देण्याची त्याची पद्धत.'

'तुम्ही काही तरी करताना चुकता? मला वाटलं *समोरच्याला काही तरी चांगलं करताना पकडणे* हेच इथलं ब्रीदवाक्य आहे.'

'आहे ना,' जॉन म्हणाला, 'पण तुला हे जाणून घेणं आवश्यक आहे की, मी इथे गेली अनेक वर्षं काम करतोय. मला हे ऑपरेशन आतून बाहेरून अगदी नीट माहिती आहे, त्यामुळे माझ्या व्यवस्थापकाला माझ्या एका मिनिटाच्या ध्येयांवर जास्त वेळ खर्ची घालावा लागत नाही. खरं सांगायचं तर मी माझी उद्दिष्ट्यं आधीच लिहून ठेवतो आणि व्यवस्थापकाबरोबर फक्त त्यांचा आढावा घेतो.'

‘अस्सं, आणि तू प्रत्येक ध्येय वेगवेगळ्या कागदावर लिहितोस?’

‘हो तर! अर्थात, एक किंवा दोन परिच्छेदांपेक्षा जास्त नाही, ज्याचा आढावासुद्धा एका मिनिटात घेऊन होतो.

‘मी जे करतो ते मला मनापासून आवडतं आणि मी ते अतिशय उत्तमरीत्या करतो हेही मला माहिती आहे, त्यामुळे स्वतःच स्वतःची प्रशंसा करायची मी शिकलो. जर मी माझ्याचसाठी उपलब्ध नसेन, तर त्यांच्या गरजेच्या काळात माझ्या टीमसाठी कसा उपलब्ध होऊ शकेन?’

‘अच्छा म्हणजे तुझा व्यवस्थापक तुझी प्रशंसा करत नाही तर?’

‘करतो की! पण बऱ्याचदा मी त्याला आधीच हरवलेलं असतं. माझ्या मते मी जर एखादी फार उत्तम कामगिरी केली असेल तर मी अगदी उघडपणे त्याला प्रशंसा करायलादेखील सांगतो.’

‘बाप रे, कसं जमतं तुला हे असं करायला?’ तरुणाने विचारलं.

‘मी याकडे पैज म्हणून बघतो म्हणजे जर त्याने प्रशंसा केली तर मी जिंकलो आणि नाही केली, तर मुळातच हरण्यासाठी पैजेवर लावलं काहीच नव्हतं, कळलं?’

ही कल्पना आवडून तरुण पटकन हसला आणि म्हणाला, ‘हे आवडलं मला! आणि जेव्हा काहीतरी बिघडतं किंवा बिनसतं तेव्हा काय?’

‘हम्म, होतात, कधी कधी चुकाही होतात. मी किंवा माझ्या टीममधल्या एखाद्याने एखादी मोठी, लक्षात येण्याजोगी चूक केली, तर मला एक मिनिटाचा पुनर्निदेश मिळण्याची शक्यता असते.’

‘एक मिनिटाचा काय?’ तरुणाने विचारलं.

‘एक मिनिटाचा पुनर्निदेश. तिसऱ्या महत्त्वाच्या गुपितांची ही नवीन आवृत्ती आहे.

‘प्रशंसेला जर पुनर्निदेशाची जोड नसेल तर झालेल्या चुका वेळच्या वेळी सुधारता येत नाहीत.

‘मला माझ्या चुका दाखवून दिलेलं सामान्यतः आवडत नसलं तरीही पुनर्निदेशामुळे मला योग्य दिशेने पुढे जायला आणि माझी ध्येयं

पूर्ण करायला मदत होते आणि अर्थातच त्याने मला आणि परिणामतः संस्थेलासुद्धा यश मिळतं.

‘पूर्वी, जेव्हा ही संस्था टॉप-डाऊन होती, तेव्हा या गुपिताला ‘एक मिनिटाची ताकीद’ म्हणलं जात असे. त्या काळासाठी ते प्रभावीसुद्धा होतं. मात्र जस जशा इथल्या गोष्टी बदलत गेल्या, तस तसं एक मिनिटाच्या नव्या व्यवस्थापकाने त्यात काही बदल केले.’

‘बदल केले?’

‘हो. आजच्या काळात कमीत कमी वेळात जास्तीत जास्त काम करता येणं ही गरज बनली आहे; पण त्याच बरोबर काम करणाऱ्यांना कामातून समाधान आणि योग्य ते मूल्यसुद्धा हवं असतं.

‘प्रत्येकाने अध्यायी असण्याची आता गरज आहे. कारण, परिस्थितीच इतकी झपाट्याने बदलते आहे की, आज मी एखाद्या विषयातला तज्ज्ञ असलो तर उद्या माझ्याकडची सगळी माहिती ही एका क्षणात कालबाह्य झालेली असू शकते. एक मिनिटाचे पुनर्निदेश मला ‘मी नेमकं काय बदलण्याची गरज आहे,’ याकडे मला बघायला शिकवतात.’

तरुणाने विचारलं, ‘नक्की कसं काम करतात हे पुनर्निदेश?’

‘अगदी सोप्पं आहे,’ जॉन म्हणाला.

‘मला खात्री होती की, तू हेच म्हणणार आहेस म्हणून!’ तरुण त्याला म्हणाला.

जॉन दिलखुलास हसला आणि म्हणाला, ‘माझ्याकडून एखादी चूक झाली असेल तर माझा व्यवस्थापक त्यावर प्रतिसाद देण्यात अगदी तत्पर असतो.’

‘काय करतो तो नक्की?’

‘सगळ्यात आधी आम्ही ठरवलेलं ध्येय मला नीट समजलं आहे, याची तो खात्री करून घेतो. ते तसं नसेल कळलं, तर त्याची जबाबदारी घेऊन ते ध्येय मला पुन्हा समजावून सांगतो.

‘त्यानंतर एक मिनिटाच्या पुनर्निदेशाची विभागणी करतो. पहिल्या भागात त्याचा फोकस माझ्या चुकांवर असतो आणि दुसऱ्या भागात तो माझ्यावर असतो.’

'आणि तो हे नक्की कधी करतो?'

'झालेल्या चुकांची बातमी त्याच्यापर्यंत पोहोचली की लगेच! त्यातल्या वस्तुस्थितीची पडताळणी तो माझ्याबरोबर करून घेतो आणि नक्की काय चुकलं आहे, याचा आम्ही आढावा घेतो. हे सगळं करत असताना तो अतिशय ठाम आणि स्पष्ट असतो.

'त्यानंतर या सगळ्याबद्दल त्याला काय वाटतंय हे आणि त्याचे आमच्या कामावर होऊ शकणारे संभाव्य परिणाम तो मला सांगतो. कधी कधी अतिशय स्पष्टपणे.

'मला हे सगळं सांगून झाल्यानंतर तो काही वेळ अगदी शांत असतो, या वेळात घडलेल्या गोष्टीला तो नीट समजून घेतो. हा काही क्षणांचा शांत वेळ अतिशय महत्त्वाचा असतो.'

'कसं काय?'

'कारण, त्या शांततेत मला माझी चूक आणि त्याचा माझ्यावर आणि संस्थेवर होणारा परिणाम यांच्याबद्दल विचार करण्याचा वेळ मिळतो.'

'असा नक्की किती वेळ शांत असतो तो?'

'जेमतेम काही सेकंद; पण जेव्हा त्याला तुम्ही कारणीभूत असता, तेव्हा काही सेकंदसुद्धा खूप वाटतात.'

जॉन पुढे म्हणाला, 'पुनर्निदेशाच्या दुसऱ्या भागात तो मला माझ्यातल्या चांगल्याची आठवण करून देतो, माझी योग्यता मी केलेल्या चुकीपेक्षा जास्त आहे, याची जाणीव करून देतो. त्याच्या माझ्यावरच्या विश्वासाची आणि भरवशाची जाणीव करून देतो. हीच चूक पुन्हा होणं त्याला अपेक्षित नाही आणि इथून पुढेही त्याला माझ्याबरोबर काम करत राहायचं आहे हेही तो मला सांगतो.'

'हम्म, हे पुनर्निदेश तुम्हाला तुमच्या हातून झालेल्या चुकांबद्दल पुन्हा पुन्हा विचार करायला भाग पाडतं असं दिसतंय.'

'हो, खरंय. तसंच घडतं,' जॉन म्हणाला.

'या एक मिनिटाच्या पुनर्निदेशाच्या वापराचे महत्त्वाचे भाग कोणते याबद्दल तू मला अजून स्पष्टपणे सांगू शकशील का?'

'हो! नक्की काय काय चुकत गेलं याचं तो तपशीलवार विश्लेषण करतो. यातून मला आणि माझ्या टीमला त्याला आमच्यावर सुमार असण्याचा शिक्का लागू नये, याची काळजी आहे हे निश्चित कळतं आणि हेही दिसून येतं की, इथे घडणाऱ्या प्रत्येक गोष्टीकडे त्याचं बारीक लक्ष आहे.

'आणि त्याचं पुनर्निदेश तो सकारात्मक पद्धतीने, त्याच्या माझ्या आणि माझ्या टीमवरच्या विश्वासाबद्दल बोलून संपवत असल्याने कुठल्याही प्रकारचा बचावात्मक पवित्रा न घेता, कुठल्याही प्रकारे नकारात्मक भूमिका न घेता शांतपणे स्वीकारतो. यामुळे मला माझ्या चुका इतरांवर ढकलण्याची किंवा ओढूनताणून त्यांचा तर्क लावण्याची गरज भासतच नाही.

'अर्थात, एखादं ध्येय सर्वांना नीट समजलं नसेल तर त्याची जबाबदारी तो घेणार आहे, हे माहिती असणं माझ्यावरच दडपण कमी करतच आणि त्यामुळे मला त्याच्या न्याय्य असण्याचीही खात्री पटते.

'पुनर्निदेश अगदी एखाद्या मिनिटात संपतं आणि एकदा का ते संपलं की संपलं; पण तुमच्या ते कायम लक्षात राहतं आणि मुळातच सगळं सकारात्मक पद्धतीने झाल्यामुळे तुम्हाला योग्य पद्धतीने काम पूर्ण करण्याची ऊर्मी दाटून येते.'

'हम्म, तुला काय म्हणायचं आहे ते कळतंय मला!' तरुण जॉनला म्हणाला. 'झालं असं, की मी त्याला,' जॉन तरुणाला मध्येच थांबवत म्हणाला, 'तुझ्यावतीने निर्णय घ्यायला नाही ना सांगितलंस?'

'हम्म, सांगितलं,' तरुण ओशाळवण्या स्वरात म्हणाला.

जॉन हसत हसत म्हणाला, 'म्हणजे एक मिनिटाचं पुनर्निदेश मिळणं नक्की काय असतं, याचा छोटासा का होईना, अनुभव आलाय तुला! अर्थात, माझा अंदाज आहे की तुला मिळालेला डोस हा तुलनेने सौम्य असावा!

'एखाद्या नवीन माणसाला आमच्या संस्थेच्या पद्धतीची सवय नसताना जर पुनर्निदेश करायची वेळ आली, तर ते सौम्य असावं. आम्हाला सगळ्यांना कल्पना आहे. कारण, मुळात पुनर्निदेशचा उद्देश तुम्हाला परावृत्त करणं नसून लोकांमध्ये आत्मविश्वास वाढवणे आणि त्यांना अधिकाधिक चांगला परतावा मिळवता यावेत, यासाठी प्रोत्साहित करणं हा आहे.

'कदाचित, सौम्य असेलही; पण मला वाटतं नाही मी पुन्हा कधीही त्याला माझ्या वतीने निर्णय घ्यायला सांगेन!' तरुण म्हणाला.

'तो स्वतः कधी चुका करतो का? कारण मला तो अवाजवी परफेक्ट वाटतो,' तरुणाने जॉनला विचारलं.

जॉन हसला आणि म्हणाला, 'अर्थातच करतो. तोही माणूसच आहे ना! पण त्याच्या चुका सगळ्यात आधी मान्यसुद्धा तोच करतो.

'आणि खरं सांगायचं तर त्याची चूक झाली आहे, असं आम्हाला वाटत असेल किंवा तो कुठे चुकला असेल तर त्याबद्दल मोकळेपणाने बोलायला तो आम्हाला प्रोत्साहनसुद्धा देतो. हे असं वारंवार घडत नाही; पण त्याच्या मते हे केल्याने भविष्यात होऊ शकणाऱ्या त्याच्या चुका त्याला टाळता येतात. आम्हाला त्याच्या बरोबर काम करायला आवडण्यामागे असलेल्या अनेक कारणांपैकी हे एक कारण आहे!

'कधी कधी तो खडूस वाटू शकतो; पण त्याची विनोदबुद्धीसुद्धा उत्तम आहे आणि त्याची खरं तर मदतच होते!

म्हणजे असं बघ, माझ्या चुका पकडण्यात त्याचा हात कोणीही धरू शकत नाही; पण कधी कधी, पुनर्निदेशाचा उरलेला निम्मा भाग नमूद करायचा तो विसरून जातो.'

'म्हणजे ज्यात त्याने तुला तू एक चांगली व्यक्ती आहेस हे सांगणं अपेक्षित आहे तो भाग?'

'हो! आणि मग मी त्याला ते दाखवून देतो आणि त्यावरून त्याची यथेच्छ टिंगलसुद्धा करतो.'

'बाप रे, तू खरंच असं करतोस?'

'माझं काय काय चुकलं आहे आणि काय काय सुधारण्याची गरज आहे हे समजून घेण्यासाठी आधी मी थोडा वेळ घेतो.

'अगदी परवाचीच गोष्ट आहे, माझं चुकलं आहे आणि ते तसं परत होऊ नये, याची मी पूर्ण काळजी घेईन हे सांगायला मी त्याला फोन केला होता. त्यानंतर मी हसून त्याला म्हणालो की, आता मला पुनर्निदेशाचा उरलेला निम्मा, जो तो सांगायला विसरला होता, त्याच्याकडून ऐकायला आवडेल, जेणेकरून माझा स्वतःवरचा विश्वास अजून दृढ होईल!'

‘आणि त्याने काय केलं?’

‘तो हसला मग त्याने माझी माफी मागितली आणि नंतर म्हणाला की, त्याचा माझ्यावर अजूनही तितकाच विश्वास आहे, हे त्याला मला सांगायचंच होतं. फोन ठेवल्यानंतर मला आधीपेक्षा खरोखरंच जास्त चांगलं वाटायला लागलं.’

‘वाह! ही तशी चकित करणारी बाब आहे, नाही?’ तरुण म्हणाला.

‘हो! त्याने त्याची विनोदबुद्धी शाबूत ठेवल्याचा फायदा त्याला आणि इतरांनाही होतो. त्याने आम्हाला चुका झाल्यानंतर स्वतःवर हसायला शिकवलं आहे आणि त्याचबरोबर आधीपेक्षा अधिक चांगलं काम करून त्या चुकांमधून बाहेर यायलासुद्धा शिकवलं आहे.’

‘अच्छा? हे कसं शिकलात तुम्ही?’

‘त्याला बघून बघून.’

या अशा व्यवस्थापकाचं महत्त्व काय अन् किती असू शकेल, याची तरुणाला हळूहळू कल्पना यायला लागली होती.

‘या एक मिनिटाच्या या नेतृत्व आणि व्यवस्थापन प्रणालीमधलं हे तिसरं गुपित आधीच्याच पॅटर्ननुसार चालतं, असं मला लक्षात आलंय. ध्येयांमुळे महत्त्वाचं काय आहे हे कळतं. प्रशंसेमुळे आत्मविश्वास वाढून यश मिळवण्यास मदत होते आणि पुनर्निदेश तुम्हाला तुमच्या चुका दाखवून देतं आणि या तिन्हींचा उद्देश काम करणाऱ्याला स्वतःबद्दल अधिकाधिक सकारात्मक बनवणे आणि उत्तम निकाल देणे हाच आहे.’

‘ध्येय, प्रशंसा आणि पुनर्निदेशांचं हे असं मिश्रण इतकं प्रभावी कसं?’

‘हा प्रश्न तू एक मिनिटाच्या नव्या व्यवस्थापकालाच विचारावंस हेच योग्य!’ जॉन आपल्या खुर्चीतून उठत म्हणाला.

त्याच्या वेळाबद्दल त्याला धन्यवाद देत तरुणाने त्याचा निरोप घेतला.

‘वेळेबाबत माझा काय प्रतिसाद असणार आहे, हेही तुला एव्हाना माहिती आहेच, नाही का?’ जॉन म्हणाला.

त्यावर दोघंही मनापासून हसले. तरुणाला आता एखाद्या अभ्यासकासारखं न वाटता त्या संस्थेचा एक भाग असल्यासारखं वाटायला लागलं होतं. हे असं वाटणं त्याला सुखावून जात होतं.

बाहेर आल्या आल्या एवढ्याशा वेळात जॉनने अतिशय महत्त्वाची कितीतरी माहिती त्याला दिल्याचं त्याच्या लक्षात आलं.

एखाद्याकडून चूक झाल्या नंतर त्याला एक मिनिटाचे पुनर्निदेश द्यायचे, हे माहीत असावं म्हणून काही नोंदी करून ठेवल्या.

एक मिनिटाचे पुनर्निदेश : गोषवारा

जर ध्येय सुनिश्चित असेल, तर पुढील पद्धतीने एक मिनिटाच्या पुनर्निदेशांचा वापर केल्याने फायदा होतो :

पहिला अर्धा मिनिट :

१. ध्येयाकडे पुन्हा एकदा नव्याने बघ आणि एकमताने ध्येयं ठरवा.

२. नक्की काय घडलं आहे हे स्पष्ट करून घ्या आणि एकत्रितपणे चुकांचा आढावा घ्या.

३. तुम्हाला वाटणारी काळजी जाहीर करा.

विश्रांती :

४. त्यानंतर लोकांना स्वतःची काळजी वाटण्यासाठी थोडा वेळ घेऊ द्या.

दुसरा अर्धा मिनिट :

५. कोणतीही व्यक्ती त्याच्या चुकांनी जोखली जात नाही, याची त्यांना आठवण करून द्या, तसेच तुम्हाला त्यांची व्यक्ती म्हणून कदर असल्याचंही त्यांच्यापर्यंत पोहोचवा.

६. तुमचा त्यांच्यावर विश्वास असल्याची आणि त्यांच्या यशात तुम्हीही सहभागी असल्याची त्यांना जाणीव करून द्या.

७. एकदा का पुनर्निदेश संपलं की संपलं, हे कायम लक्षात असू द्या.

जर त्याने स्वतः या एक मिनिटाच्या पुनर्निदेशाचा अनुभव घेतला नसता, तर तरुणाचा त्यांच्या परिणामकारकतेवर म्हणावा तेवढा विश्वास कदाचित बसलासुद्धा नसता. अगदी सौम्य अनुभव आला आहे हे माहिती असूनही त्याला तो अनुभव आयुष्यात पुन्हा कधीही येऊ नये, असंच वाटत होतं.

अर्थात, प्रत्येकच जण चुका करतो आणि जर त्याने अशा एखाद्या व्यवस्थापकाबरोबर काम केलं आणि एखादी चूक केली तर त्याला यापेक्षा कैक पटींनी अधिक कडक पुनर्निदेश मिळतील, असं त्याला जाणवून गेलं.

व्यवस्थापकाच्या ऑफिसकडे जाण्यासाठी परत निघाल्यावर तो पुन्हा पुन्हा या एक मिनिटाच्या व्यवस्थापन प्रणालीच्या अचाट सामर्थ्याचा आणि सातत्याने बदलणाऱ्या कालानुरूप त्यात होत असलेल्या सुधारणांचा विचार करत राहिला.

समजलेली तिन्ही गुपितं त्याला अतिशय तर्कसंगत वाटली. मात्र ते *नक्की का यशस्वी होतात?* याच उत्तर काही केल्या त्याला अजून मिळालं नव्हतं.

आणि नक्की काय कारण होतं की, अजूनही एक मिनिटाचा नवा व्यवस्थापकच संस्थेतला सर्वांत कार्यक्षम आणि प्रशंसित व्यवस्थापक होता?

एक मिनिटाच्या नव्या व्यवस्थापकाचं विवेचन

तो व्यवस्थापकाच्या ऑफिसमध्ये आल्या आल्या कर्टनी त्याला म्हणाली, 'तू परत कधी भेटायला येतोस, याची वाटच बघत होता तो!'

त्याच्या ऑफिसमध्ये प्रवेश करताना त्याला ते किती स्वच्छ आणि नीटनेटकं आहे हे पुन्हा एकदा प्रकर्षाने जाणवलं.

व्यवस्थापकाने प्रेमाने हसून त्याच स्वागत केलं आणि विचारलं, 'मग, काय काय मिळालं तुला तुझ्या या मुशाफिरीत?'

'बरंच काही!'

'अच्छा, सांग बघू मलाही, काय काय सापडलं तुला ते.'

'तुम्हाला एक मिनिटाचा नवा व्यवस्थापक का म्हटलं जातं याचं कारण मला सापडलं. तुम्ही तुमच्या तीन गुपितांमध्ये काळानुसार योग्य ते फेरफार करत राहता. तुम्ही आणि तुमची टीम मिळून एक मिनिटाची ध्येयं ठरवता आणि काम करणाऱ्या प्रत्येकाला कशासाठी जबाबदार आहे, हे नेमकं माहिती असतं आणि त्याचबरोबर चांगली कामगिरी नक्की काय आणि कशी असते हेही दाखवून दिलं जातं.

'त्यानंतर, तुम्ही लोकांना काहीतरी चांगलं किंवा योग्य करताना पकडता आणि त्यांना एक मिनिटाची प्रशंसा बहाल करता.

'आणि लोकांनी चूक केलेली तुम्हाला लक्षात आली की, तुम्ही त्यांना एक मिनिटाचे पुनर्निदेश करता.'

'आणि तुला या सगळ्याबद्दल काय वाटतं?'

बोलावं की नाही अशा संभ्रमात पडलेला तरुण विचारांती म्हणाला, 'तुमच्याशी उद्धटपणे बोलण्याचा माझा अजिबात हेतू नाही; पण मला खरंच सांगा, तुम्हाला असं अगदी मनापासून वाटतं का की व्यवस्थापक म्हणून जे जे काही करणं अपेक्षित आहे त्यासाठी फक्त एक मिनिट पुरेसा आहे?'

'अजिबातच नाही!' व्यवस्थापक हसत हसत म्हणाला; 'पण या किचकट कामाला थोडं सरळ आणि सोपं करण्यासाठीचा तो एक मार्ग आहे आणि तसं बघायला गेलास तर कुठल्याही ध्येयांवर नव्याने लक्ष केंद्रित करायला आणि लोकांना त्याबाबतीतला महत्त्वाचा फीडबॅक द्यायला एक मिनिट पुरेसा असतो.

'ही तीन गुपितं संपूर्ण कामाच्या फारतर २० टक्क्यांचं प्रतिनिधित्व करतात; पण तरीही उरलेले ८० टक्के गाठायला यांची मोठी मदत होते. हाच तो पुरातन ८०/२०चा नियम!'

व्यवस्थापक पुढे म्हणाला, 'अजून काय काय बघितलंस तू?'

'लोकांना इथे काम करायला मनापासून आवडतं हे तर दिसतंच आहे आणि तुमचं त्यांच्याबरोबर सहभागी होऊन काम करणं याने उत्तम निकालसुद्धा मिळतायत. ही पद्धत तुमच्यासाठी उत्तम काम करते, यावर मला पूर्ण विश्वास आहे.'

'आणि तू अंगीकारलीस तर तुलाही त्याचा तसाच फायदा होईल!' व्यवस्थापक त्याला म्हणाला.

'असेलही कदाचित; पण मला असं वाटतं की, ही पद्धत कशी काम करते, यापेक्षा ती का उपयोगी आहे हे मला कळलं तर ती स्वीकारणं मला अधिक सोपं जाईल.'

'अगदीच! खरं तर तू म्हणतोयस ते प्रत्येकालाच लागू होतं. एखादी गोष्ट जशी घडतेय तशी ती का घडतेय हे कळलं की, आपल्याला तिचा जास्तीत जास्त प्रभावीपणे वापर करता येतो.

'याची सतत आठवण राहावी म्हणून मी माझ्या कॉम्प्युटरवर काय ठेवतो ते मला तुला दाखवू देत.'

तरुण वळला आणि स्क्रीनकडे बघू लागला.

माझा ज्या मिनिटाची मी
इतरांमध्ये गुंतवणूक करतो,
तो माझा सर्वोत्तम खर्च झालेला
मिनिट असतो.

'मोठमोठाल्या संस्था कर्मचाऱ्यांच्या पगारांवर भल्या मोठ्या रकमा खर्च करतात आणि तरीही लोकांची प्रगती व्हावी, यासाठी त्या रकमेच्या काही अंशीसुद्धा खर्च करत नाहीत, हा एक फार मोठा उपरोधच म्हटलं पाहिजे. तसं बघायला गेलास तर या संस्था त्यांच्या कर्मचाऱ्यांच्या विकासावर खर्च नव्हे, गुंतवणूक करण्याऐवजी इमारती, तंत्रज्ञान आणि उपकरणांवर याच्यावर वारेमाप खर्च करत राहतात.'

'हम्म, मी कधी हा विचारच केला नाही.' तरुण म्हणाला. 'जर का संस्थांना रिझल्ट्स म्हणजेच आवश्यक ते सगळे निकाल कर्मचाऱ्यांकडून मिळणार असतील, तर त्याच लोकांमध्ये त्यापैकी काही पैशांची गुंतवणूक करायला काही हरकत नसावी.'

'हेच तर म्हणतोय मी!' व्यवस्थापक म्हणाला. 'मी काम करायला सुरुवात केली त्याकाळी माझ्यात अशी गुंतवणूक करणारा कोणीतरी भेटायला हवा होता मला.'

'म्हणजे? नक्की काय म्हणायचं आहे तुम्हाला?' तरुणानं विचारलं.

'मी जितक्या म्हणून संस्थांमध्ये काम केलं आहे, त्यापैकी बहुतांश वेळा मी नक्की काय करणं अपेक्षित आहे हेच मला माहिती नसे. कोणी कधी ते सांगण्याची तसदीसुद्धा घेतली नाही. माझी नोकरी बरी चालली होती का असं कोणी मला विचारलं, तर मी मला सांगता येणार नाही किंवा 'हो' बहुतेक अशीच उत्तरं मी देत असे. यावर कोणी 'तुला असं का वाटतंय?' असा विचारलं तर त्यावर 'कारण, अजून माझ्या बॉसने मला हाकलून दिलेलं नाही' किंवा 'कानावर जर काही येत नसेल तर सगळं आलबेल आहे' धाटणीची उत्तरं देत असे म्हणजे जणू काही कुठल्याही प्रकारची शिक्षा टाळणे एवढं एकच माझं ध्येय होतं.'

'हम्म, तुमची व्यवस्थापन पद्धत इतकी वेगळी का आहे हे मला आता कळायला लागलंय; पण ती तीन गुपितं इतकी प्रभावी कशी हे मात्र मला अजूनही कळलेलं नाही म्हणजे उदाहरणार्थ, एक मिनिटाची ध्येयं ठरवणं नक्की काय काम करतं?'

एक मिनिटाची ध्येयं का उपयुक्त ठरतात?

‘एक मिनिटाची ध्येयं ठरवणं का उपयगोत येतं हे तुला जाणून घ्यायचं आहे ना,’ व्यवस्थापक म्हणाला, ‘ठीक आहे! तो खुर्चीतून उठून शांतपणे येरझाऱ्या घालू लागला.

‘मला तुला एक उदाहरण देऊ दे, त्याने कदाचित मदत होईल. वेगवेगळ्या संस्थांमध्ये, जिथे मी काम केलं, तिथे मी अनेक असे कर्मचारी बघितले जे कामापासून परावृत्त झाले होते. मात्र तेच लोक कामानंतर इतकी मरगळलेली दिसत नाहीत.

‘बऱ्याच वर्षांपूर्वी, एके रात्री मी बॉलिंग करायला गेलो होतो. तिथे मी माझ्या त्या जुन्या संस्थेतल्या काही ‘त्रासदायक कर्मचाऱ्यांना’ बघितलं. त्यांच्यातला एक जण, जो काही कारणाने माझ्या चांगलाच लक्षात होता, बॉलिंग लाइनपाशी आला, त्याने बॉल रोल केला आणि लवकरच तो आनंदाने आरडाओरड करायला लागला, उड्या मारायला लागला. काय वाटतं तुला, काय झालं असेल नक्की त्याला इतकं आनंदी व्हायला?’

‘कारण, त्याने सगळ्या पिन्स एकाच झटक्यात उडवल्या होत्या.’

‘बरोबर. आता मला सांग, त्याला आणि इतर अनेकांना कामाच्या ठिकाणी हा असा उत्साह का नसतो, काय वाटतं तुला?’

थोडा विचार करून तरुण म्हणाला, ‘कारण, पिन्स कुठे आहेत, त्यांना नेम नक्की कुठे लावायचा आहे, हेच मुळी त्यांना माहिती नसतं.

हम्म, आलं मला लक्षात. पिन्स कुठे ठेवल्यात हेच माहिती नसेल, तर किती वेळ बॉलिंग करू शकतील हे?'

'बरोबर.' एक मिनिटाचा व्यवस्थापक म्हणाला, 'माझं असं मत आहे की, बहुतांश व्यवस्थापकांचा असा गैरसमज असतो की, त्यांच्या टीममध्ये काम करणाऱ्या प्रत्येकाला नेम कुठे लावायचा आहे हे आधीच माहिती असतं.'

'जेव्हा लोकांकडून तुमच्या काय अपेक्षा आहेत हे लोकांना माहितीच आहे, असं तुम्ही गृहीत धरता, तेव्हा तुम्ही बॉलिंगचा एक अत्यंत निष्प्रभ प्रकार तयार करत असता. तुम्ही पिन्स सेट करता; परंतु जेव्हा बॉलर बॉल रोल करण्यासाठी जातो, त्या वेळी त्या पिन्सवर एक चादर टाकलेली दिसते. बॉल रोल केल्यानंतर चादरीच्या आत जातो, पिन्स पडल्याचा आवाजसुद्धा येतो. मात्र त्याने नक्की किती पिन्स उडवल्या आहेत, हे काही त्याला कळत नाही आणि म्हणूनच जेव्हा तुम्ही त्याला त्याच्या कामगिरीबद्दल विचारता, तेव्हा तो म्हणतो, माहिती नाही; पण छान वाटलं.'

'हे म्हणजे रात्री गोल्फ खेळण्यासारखं आहे. माझ्या अनेक मित्रांनी हल्ली गोल्फ कोर्सवर फार गर्दी असते म्हणून गोल्फ खेळणंच सोडून दिलंय. त्यावर मी त्यांना म्हणालो की, मग तुम्ही रात्री का नाही खेळत? त्यावर ते सगळे हसले आणि म्हणाले की, रात्री अंधारात बॉल कुठे टोलवायचा आहे हे कसं दिसणार? आणि ते दिसल्याखेरीज कोण गोल्फ खेळतं?'

'सांघिक खेळ बघतानाही काहीसं असंच असतं. जर एखाद्या मॅचमध्ये कोणी काही स्कोअरच करणार नसेल, तर ती मॅच बघायला कोणी येईल का?'

'हम्म; पण असं का?' तरुणाने विचारलं.

'कारण, इतर कुठल्याही गोष्टीपेक्षा जास्त प्रोत्साहन देणारी गोष्ट म्हणजे अंतिम निकलावरचा फीडबॅक! त्यांना त्यांच्या कामगिरीबद्दल जाणून घ्यायचं असतं.'

'आमच्याकडे एक वाक्प्रचार आहे. *फीडबॅक हाच चॅम्पियन्सचा खरा खुराक असतो.* फीडबॅकच आपल्याला पुढे पुढे जात राहण्याची जिद्द देतो.'

‘दुर्दैवाने, निकालावर मिळणारा फीडबॅक हा इतर कुठल्याही प्रोत्साहनापेक्षा वरचढ आहे हे कळूनही काही व्यवस्थापक अजून एक तिसऱ्याच प्रकारची बॉलिंगची पद्धत तयार करतात.

‘बॉलर बॉलिंग करण्यासाठी म्हणून लाइनपाशी जातो, त्याला समोर पिन्स लावून ठेवलेल्या दिसत असतात, त्यावर चादरसुद्धा असते; पण आता तिथे अजून एक नवा घटक असतो – चादरीमागे उभा असणारा पर्यवेक्षक. बॉलर जेव्हा बॉल रोल करतो, तेव्हा त्याला फक्त पिन्सच्या पडण्याचा आवाज येतो आणि त्याने दोन पिन्स पाडल्या आहेत हे दर्शवण्यासाठी पर्यवेक्षक फक्त दोन बोटं वर करून उभा राहतो आणि तुला काय वाटतं, म्हणत असेल का एखादा व्यवस्थापक, की ‘अरे वाह, तू दोन पॉइंट मिळवलेस?’’

‘नाही,’ तरुण पटकन म्हणाला, ‘सामान्यतः ते म्हणतील, दहापैकी तू आठ पिन्स पाडू शकला नाहीस.’

‘बरोबर! आणि मला कायम हाच प्रश्न पडायचा की व्यवस्थापक ती चादर उचलून बाजूला का करत नाही? जेणेकरून दोघांनाही पिन्स दिसतील! दुर्दैवाने याचं कारण म्हणजे पारंपरिक व्यावसायिक परफॉर्मन्स रिव्ह्यू म्हणजेच कामगिरीचा आढावा!’

‘परफॉर्मन्स रिव्ह्यू लवकरच होणार होता म्हणून?’ तरुण विचारात पडला होता.

‘असं का असेल,’ व्यवस्थापकानी विचारलं, ‘बहुतांश लोकांना त्यांचा परफॉर्मन्स रिव्ह्यू होईपर्यंत स्वतःच्या चांगल्या कामगिरीचा अंदाजच नसतो आणि त्या रिव्ह्यूमध्येसुद्धा फक्त त्यांच्या चुकांवरच भर दिला जातो?

‘आणि मग जेव्हा एखाद्याला बढती किंवा पगारवाढ अचानक नाकारली जाते, तेव्हा त्या व्यक्तीला नक्की काय वाटत असेल? यापेक्षा दुसरीकडे काम केलेलं बरं असं विचार त्यांच्या मनात यायला असा कितीसा वेळ लागेल?’

‘याचं उत्तर मला माहितीये. एक मिनिट!’ तरुण मस्करी करत म्हणाला.

व्यवस्थापकसुद्धा हसला.

'तुमच्या मते व्यवस्थापकांच्या या वागण्यामागे काय कारण असेल?' तरुणाने विचारलं.

'कारण, त्यांना त्यांची प्रतिमा चांगली ठेवायची असते,' व्यवस्थापक म्हणाला.

'म्हणजे?'

'तुझ्या हाताखाली काम करणाऱ्या प्रत्येकाला तू जर उत्तम असाच शेरा देत राहिलास तर तुझे वरिष्ठ तुझ्याकडे काय नजरेने बघतील असं तुला वाटतं?'

'बहुधा मला फार मृदू किंवा व्यावहारिकदृष्ट्या बावळट असा शिक्का मिळेल, एखादी अशी व्यक्ती जिला चांगल्या-वाईट कारागिरीमध्ये फरक करता येत नाही अशी.'

'बरोब्बर!' व्यवस्थापक म्हणाला, 'बहुतांश संस्थांमध्ये व्यवस्थापक म्हणून तुमची प्रतिमा चांगली ठेवण्याकरता तुमच्या हाताखाली काम करणाऱ्यांपैकी निदान काही जणांना तरी तुम्ही चुकीचं वागताना पकडलं पाहिजे. तुमच्याकडे असणाऱ्या मनुष्यबळाची विभागणी काही विजेते, काही अगदीच वाया गेलेले आणि इतर सगळे मध्येच कुठेतरी लटकलेले, अशीच झालेली दिसावी लागते.

'मी माझ्या मुलाच्या शाळेत गेलो होतो, तेव्हाचा एक किस्सा मला आठवतोय. इयत्ता पाचवीच्या वर्गात शिक्षिका भूगोलाची चाचणी घेत होती. तिने मुलांना नकाशाचा वापर का करू दिला नाही, असं मी विचारल्यावर ती म्हणाली, 'कारण तसं केलं तर प्रत्येकालाच १०० टक्के मिळतील.' जणू काही प्रत्येकाने उत्तम गुण मिळवणं ही अतिशय वाईट गोष्ट होती.

'हाताशी असलेली सगळी साधनं वापरून प्रत्येक जण उत्तमच कामगिरी करेल, असं काही आवश्यक नाही, त्यामुळे कदाचित प्रत्येकाला - ग्रेड मिळेलच असंही नाही; पण जिथे प्रत्येकाला विजेता बनण्याची संधी मिळू शकेल, अशी व्यवस्था आपण का तयार करू नये?'

व्यवस्थापक पुढे म्हणाला, 'मला मी कुठेतरी वाचल्याचं आठवतंय की, ज्या काळी सगळ्यांना आपापले फोन नंबर्स पाठ असायचे, त्या

काळी अल्बर्ट आइनस्टाईन या महान शास्त्रज्ञाला कोणीतरी त्यांचा नंबर विचारल्यावर त्यांनी टेलिफोन डिरेक्टरीमधून तो नंबर शोधून दिला होता.

'फुटकळ माहिती, जी इतरत्र सहज उपलब्ध होऊ शकते, त्यासाठी त्यांच्या डोक्यात अजिबात जागा नसते, असं ते त्यावर म्हणाले होते.

'त्या काळात आपण आत्ता असतो आणि आपल्याला त्या महान माणसाबद्दल आत्ता जे माहिती आहे ते माहिती नसतं, तर तू त्यांना काय म्हणाला असतास? एखादी अशी व्यक्ती जिला स्वतःचा फोन नंबरसुद्धा पुस्तकात बघून सांगायची गरज भासते, ती तुझ्या मते विजेता असली असती की तू त्या व्यक्तीला वाया गेलेला असा शेरा मारून मोकळा झाला असतास?'

'वाया गेल्याचाच शेरा मारला असता,' तरुण हसत हसत म्हणाला.

'हो ना, मीसुद्धा!' व्यवस्थापक म्हणाला, 'पण तसं करण्यात आपण दोघंही चुकलो असतो, नाही का?'

अनुमोदनादाखल तरुणाने मान डोलावली.

'आपल्यापैकी कोणालाही ही चूक करणं अगदी सहज शक्य आहे,' व्यवस्थापक म्हणाला. त्याने त्याच्या पाहुण्याला आपल्या कॉम्प्युटर स्क्रीनवरचे काहीतरी बघण्यासाठी सांगितले. 'हे बघ.'

*

विजेता होण्याची क्षमता
प्रत्येकात आहे.

काही जण अपयशाच्या
मुखवट्यामागे लपलेले असतात.

त्यांच्या भलावणीला
बळी पडू नकोस.

*

‘हे बघ, व्यवस्थापक म्हणून तुझ्याकडे तीन पर्याय असतात. एक म्हणजे तू फक्त यशस्वी असणाऱ्यांना तुझ्या टीममध्ये घेऊ शकतोस. मात्र, हे असे लोक सापडण्यासाठी महाकठीण आणि भयंकर महागडी असतात. हे नाही जमलं, तर तू विजेते होण्याची क्षमता असलेल्यांना तू घेऊ शकतोस आणि नंतर पद्धतशीरपणे त्यांना विजेते म्हणून घडवू शकतोस.

‘आणि हे दोन्ही करायची तुझी तयारी नसेल – आणि खरं तर विजेत्यांना केवळ पैसे या एकाच कारणाने न घेणारे व्यवस्थापक आणि क्षमता असणाऱ्यांवर मेहनत घेण्याची तयारी नसणारे व्यवस्थापक, हे दोन्ही मला कायमच अचंबित करत आले आहेत, तर तुझ्याकडे तिसरा पर्यायसुद्धा आहे : प्रार्थनेचा.’

‘प्रार्थनेचा?’ तरुणाची तंद्री मोडल्याने त्याने दचकून विचारलं.

मंद स्मित करत व्यवस्थापक म्हणाला, ‘मुला, हा माझा मस्करी करण्याचा एक अत्यंत दुबळा प्रयत्न होता! पण त्यापलीकडे जाऊन विचार केल्यास तर तुला लक्षात येईल की, खरोखरच असे कितीतरी व्यवस्थापक आहेत जे रोज मनोमन ईश्वराला हीच प्रार्थना करतात की, निदान हा पर्याय तरी कामी येऊ दे!’

तरुण हसला आणि म्हणाला, ‘विजेत्यालाच जर टीममध्ये घेतलं, तर त्याला एक मिनिटाचा व्यवस्थापक बनवणं खरंच सोपं होईल, नाही का?’

‘नक्कीच. विजेत्यांना एक मिनिटाची ध्येयं निश्चित करून देणं इतकंच तुम्हाला करावं लागेल! त्यानंतर बॉल घेऊन सगळ्या पिन्स उडवायला ते मोकळे!’

‘जॉन लिवायशी बोलल्यावर मला असं जाणवलं की, तुम्हाला त्याच्यासाठी तेवढं ही करावं लागत नाही.’

‘खरंय तू म्हणतोस ते,’ व्यवस्थापक म्हणाला, ‘इतरांना जितकं माहितीये त्यापेक्षा जास्त तर तो एव्हाना विसरलासुद्धा आहे! पण विजेता किंवा विजेता बनण्याची क्षमता असलेला, यांच्यापैकी कोणीही असेल तरी त्यांच्यासमोर योग्य पद्धतीने तयार केलेलं एक मिनिटाचं ध्येय ठेवणं हे त्यांच्यातल्या उत्पादनशील वर्तणुकीला (productive behaviour) प्रोत्साहित करण्यासाठीचं उत्तम माध्यम आहे.’

'आणि हेही तितकंच खरं आहे का, की एक मिनिटाचं ध्येय कोण ठरवतंय याचा आणि प्रत्येक ध्येय वेगवेगळ्या पानावर त्यासंबंधीचा एकेक परिच्छेद लिहायला लागणं याचा एकमेकांशी काहीही संबंध नाही? तेही त्याच्या ध्येयपूर्तीच्या तारखांसकट?' तरुणाने व्यवस्थापकाला विचारलं.

'अगदी बरोबर!'

'पण असं का?'

'जेणेकरून प्रत्येकाला आपापली ध्येयं रोजच्या रोज पटकन नजरेखालून घालता यावीत, तसंच त्यांच्या कामाची आणि ध्येयांची नीट पडताळणी करून बघता यावी.'

'आणि मी असंही ऐकलंय की, तुम्ही त्यांना फक्त महत्त्वाची आणि मोजकीच ध्येयं आणि जबाबदाऱ्या कागदावर उतरवायला सांगता, त्यातल्या बारीकसारीक गोष्टी वगळून,' तरुणाने विचारलं.

'हो! कारण मुळात मला त्यांनी त्यांच्या ध्येयांची आणि जबाबदऱ्यांची भली मोठी यादी करून कुठेतरी कुलूपबंद करून ठेवायला नको आहे. ही अशी यादी वर्षातून फार तर एकदा बघितली जाते, वार्षिक रिव्ह्यूच्या वेळी किंवा पुढच्या वर्षीची ध्येयं ठरवण्यासाठी.

'पण तू बघितलं असशीलच की, आमच्या टीममधले लोक हे अत्यंत महत्त्वाचं स्मरणपत्र ज्याला आपण रिमाइंडर म्हणू यात अगदी जवळ बाळगतात.' व्यवस्थापकाने तरुणाच्या हातात एक छोटंसं कार्ड दिलं.

★

तुमच्या ध्येयांकडे बघण्यासाठी
एक मिनिट घ्या.

त्यानंतर तुम्ही काय
करताय ते बघा

आणि मग ते तुमच्या ध्येयांशी
जुळतंय का बघा.

★

अतिशय सोप्या अशा त्या शब्दांमधल्या प्रचंड शक्तीने तरुण भारावून गेला.

'मला याची एखादी प्रत मिळू शकेल का?' त्याने विचारलं.

'जरूर,' व्यवस्थापक म्हणाला.

शिकत असलेल्या असंख्य गोष्टींची नोंद करता करता तो होतकरू व्यवस्थापक म्हणाला, 'एक सांगू का? एक मिनिटाच्या व्यवस्थापनाबद्दल हे असं एका दमात सगळं लक्षात येणं, ते शिकणं जरा अवघड आहे.'

'मला याबद्दल आणखीन शिकायला नक्कीच आवडेल; पण आपण एक मिनिटाच्या प्रशंसेबद्दल बोलू यात का?'

'नक्कीच. तुला बहुतेक त्याच्याही संदर्भात प्रश्न आहेतच!'

'हम्म, प्रशंसा सगळ्यांनाच आवडते; पण मला असं वाटतं की, काही काळानंतर ती खोटी नाही का वाटायला लागणार?'

'केलेली प्रशंसा खरी आणि प्रामाणिक आहे की नाही यावर ते अवलंबून असतं.'

एक मिनिटाची प्रशंसा उपयोगी कशी ठरते?

‘आपण काही उदाहरणं बघू या. कदाचित, त्याने तुला एक मिनिटाच्या प्रशंसेची महती पटेल आणि त्याचा उपयोग का होतो हेही कळेल.’

‘हम्म, चालेल!’ तरुण म्हणाला.

‘पहिलं उदाहरण आहे लहान मुलांना चालणं शिकणाऱ्या मुलांना मदत करणाऱ्या पालकांचं. एखाद्या लहान मुलाला उभं करून, ‘चाल’ असं सांगणं आणि चालताना ते पडलं तर त्याला एक फटका देऊन, ‘मी तुला चालायला सांगितलं होतं ना?’ असं म्हणायचा विचार तरी तू करू शकतोस का?

‘त्या उलट, पहिल्यांदा मुलाला उभं केल्यानंतर पहिल्यांदा जेव्हा ते किंचित डुगडुगतं, तेव्हा आपल्याला प्रचंड आनंद होतो आणि आपणच मोठमोठ्याने ‘बाळ उभं राहिलं, बाळ उभं राहिलं’ असं ओरडत बाळाचे लाड करतो, त्याच्या पाप्या घेतो, त्याला पटकन जवळ घेतो. दुसऱ्या दिवशी ते कदाचित अजून एखाद क्षण उभं राहतं तेव्हाही तुम्ही तसेच लाड करत सुटता.

‘अखेर आपण जे करतोय ते काहीतरी चांगलं आहे, असं लक्षात येत गेलं की, ते बाळ आपल्या पायांवर अधिकाधिक वेळ उभं राहायला लागतं आणि कालांतराने चालायलादेखील लागतं.

'लहान मुलांना बोलणं शिकवण्यासाठीसुद्धा अगदी हीच पद्धत वापरली जाते. समजा तुला त्या लहान मुलाने 'मला प्लीज एक ग्लास पाणी दे' असं म्हणायला हवं असेल आणि त्याला पूर्ण वाक्य बोलता येईपर्यंत जर तू त्याला पाणी द्यायचा थांबून राहिलास तर ते मूल तहानेनं मरेल!

'म्हणून आपण 'पाणी, पाणी' असं त्याच्या समोर म्हणत राहतो आणि एक दिवस अचानक ते मूलसुद्धा 'पा पा' म्हणतं. तुम्ही पुन्हा एकदा आनंदाने त्याचे लाड करता, वगैरे वगैरे. अगदी त्याच्या आजीला फोन करून त्याला 'पा पा' म्हणायला लावण्यापर्यंत सगळं काही! अर्थात, त्याने पाणी म्हटलं नव्हतं; पण निदान सुरुवात तर झाली!

'अर्थात, ते मूल २१ वर्षांचं झाल्यानंतर एखाद्या रेस्टॉरंटमध्ये त्याने नुसतं 'पा पा' म्हणून पाणी मागू नये असंच आपल्याला वाटणार, त्यामुळे 'पा'नंतर आपण त्याला पाणी शिकवतो आणि मग प्लीज आणि मग पुढे.

'या उदाहरणातून आपल्याला हे लक्षात येतं की, जर एखाद्याला विजेता म्हणून घडवायचं असेल तर त्याची सुरुवात अगदी सुरुवातीपासून, एखाद्या चांगल्या गोष्टीमधून करावी लागते. मग हळूहळू आपण आपल्याला अपेक्षित असलेल्या दिशेकडे जाऊ शकतो.'

'हम्म म्हणजे सुरुवात सगळ्यात महत्त्वाची आहे तर!' तरुण म्हणाला. 'अशा एखाद्याला शोधणे जो एखादी गोष्ट थोडीफार योग्य पद्धतीने करत आहे आणि त्याला मदत करणे, जेणेकरून पुढे तो तीच गोष्ट अगदी योग्य पद्धतीने करायला स्वतःच शिकेल.'

'कळलं की तुला!' व्यवस्थापक म्हणाला. 'ध्येय निश्चित केल्याने छोट्या छोट्या लक्ष्यांची मालिका तयार होते, जी एकपाठी एक मिळवत जाणं सहज शक्य होतं.

'कामाच्या ठिकाणी काय किंवा वैयक्तिक आयुष्यात काय, एखाद्या विजेत्याला वारंवार चांगली गोष्ट किंवा चांगलं काम करताना पकडण्याची गरज नसते. कारण, मुळातच चांगली कामगिरी करणारे स्वतःलाच पकडतात! पण शिकण्याच्या टप्प्यावर असणाऱ्यांना इतरांकडून मिळणाऱ्या प्रशंसा आणि प्रोत्साहनानी उमेद मिळते.'

‘म्हणून तुम्ही नवीन लोकांचं सुरुवातीला अधिक जाणीवपूर्वक निरीक्षण करता का? किंवा अनुभवी लोकांचंसुद्धा, नवीन प्रोजेक्ट सुरू करत असतानाच्या काळात?’ तरुणाने विचारलं.

‘हो! बरेचसे व्यवस्थापक एखाद्याची प्रशंसा करायला त्याने एखादी गोष्ट १००% योग्य पद्धतीने करेपर्यंत वाट बघतात. त्याने होतं असं की, बऱ्याचशा लोकांना उत्तम कामगिरी दाखवण्याची संधीच मिळत नाही. कारण, त्यांच्या व्यवस्थापकांचं सगळं लक्ष त्यांना काहीतरी चुकीचं करत असताना पकडण्याकडेच असतं आणि ते म्हणजे त्यांना अपेक्षित असलेल्या सर्वोत्तम कामगिरीपेक्षा कमी असलेलं काहीही!’

‘ऐकताना ही पद्धत फार प्रभावी असेल असं वाटतंय,’ तरुण म्हणाला.

‘पण ते तसं नाहीये,’ व्यवस्थापक म्हणाला.

‘दुर्दैवाने, बऱ्याचशा मोठमोठ्या संस्था नवीन, अननुभवी लोकांबरोबर अगदी हेच करतात. त्यांना संस्थेत घेतात, सगळ्यांना भेटवतात, सगळं भोवताल फिरून दाखवतात आणि मग त्यांना एकटं सोडून देतात. यामुळे त्यांना नवीन लोकांना एखादी गोष्ट उत्तमरीत्या करत असताना पकडणं तर दूरच, उलट ते त्यांना सतत एकीकडून दुसरीकडे फिरतं ठेवतात.

‘बऱ्याच काळापासून व्यवस्थापनामध्ये ही पद्धत फार लोकप्रिय झाली आहे. यात तुम्ही एखाद्याकडून उत्तम कामगिरीच्या अपेक्षेने तुम्ही त्यांना एकटं सोडून देता आणि अपेक्षाभंग झाला की, त्यांना दुसरीकडे कुठेतरी सोडून देता.’

‘या अशा लोकांचं नंतर काय होतं?’ तरुणाने विचारलं.

‘तू कधी कुठल्या संस्थेत गेला असशील आणि मला माहितीये तू गेलायस ते, तर तू त्यांना बघितलं असशील. हे लोक शक्य तितकं कमीत कमी काम करतात.’

तरुण हसला, ‘खरंय तुमचं, बघितली आहेत मी असे किती तरी लोक!’ तो पुढे म्हणाला, ‘आणि अशा प्रकारच्या व्यवस्थापकांबरोबर काम करत गेलं की कळतं, आपल्या कामातून आनंद न घेऊ शकणाऱ्यांचं प्रमाण इतकं का वाढलं आहे ते!’

‘अगदी बरोबर!’ व्यवस्थापक म्हणाला. ‘ते त्यांच्या कामात फारसे गुंतलेले तर नसतातच; पण त्यानं चांगलं काम करण्यातही रस नसतो.’

‘एक मिनिटाच्या प्रशंसेचं नक्की काय महत्त्व आहे आणि ती इतकी परिणामकारक का आहे हे मला आता कळायला लागलं आहे. फक्त ‘काय चुकलंय’ यावर लक्ष केंद्रित करण्यापेक्षा कितीतरी पटींनी चांगलं आहे,’ तरुण म्हणाला.

तो पुढे म्हणाला, ‘खरंतर हे फार मजेशीर आहे; पण मला आत्ता माझ्या काही मित्रांची आठवण होतेय. त्यांनी मला एके दिवशी सांगितलं की, ते घरात नवीन कुत्रा आणणार आहेत आणि त्या कुत्र्याला घरातच ट्रेन करण्याच्या त्यांच्या कल्पनेबद्दल मला काय वाटतं हेही त्यांना जाणून घ्यायचं होतं.’

‘विचारू की नको हा प्रश्न पडूनही मी विचारणार आहेच,’ व्यवस्थापक म्हणाला, ‘कसं करणार होते ते?’

ते म्हणाले, ‘जर कुत्र्याने घरात, गालिचावर घाण केली तर ते त्या कुत्र्याला उचलून, त्याचं नाक त्या गालिच्यात खुपसून, वर्तमानपत्राने त्याच्या पार्श्वभागावर रट्टे हाणून त्याला स्वयंपाकघरच्या खिडकीतून बाहेर अंगणात फेकणार होते. कारण, कुत्र्याने मलमूत्र विसर्जन तिथे, बाहेरच्या अंगणात करणं अपेक्षित होतं.’

व्यवस्थापक हसला.

‘मग त्यांनी मला विचारलं की, माझ्या मते या पद्धतीने पुढे काय घडू शकेल. मी हसलो. कारण, पुढे काय घडू शकेल हे मला माहिती होतं आणि – तेच झालं!

‘साधारण तीन दिवसांनंतर कुत्र्याने गालिचावर घाण केली आणि स्वतःच उडी मारून खिडकीतून बाहेर जाऊन थांबला. नक्की काय करायचं हे माहिती नसलं तरी कुत्र्याला इतकं नक्की कळलं होतं की तिथून स्वतःला गायब करण्यातच शहाणपणा आहे.’

व्यवस्थापकाने त्याला दुजोरा दिला.

‘कोणी शिकणार असल्याशिवाय शिक्षेचा उपयोग होत नाही हेच खरं! फारच छान गोष्ट आहे ही.

‘अजूनही शिकण्याच्या टप्प्यावर असलेल्या, अननुभवी लोकांना शिक्षा करण्यापेक्षा आपण त्यांना पुनर्निदेश देण्याची गरज असते. यामध्ये त्यांच्याकडून काय अपेक्षा आहेत आणि चांगली कामगिरी नक्की असते कशी हे त्यांना लक्षात यावं, यासाठी त्यांच्या एक मिनिटांच्या ध्येयांना नव्याने ठरवणं, स्पष्ट करणं इत्यादि येतं.’

‘अच्छा म्हणजे हे इतकं करून झाल्यावर पुन्हा एकदा त्यांना काहीतरी चांगलं करत असताना पकडण्याची शक्यता निर्माण होते तर!’ तरुणाने विचारलं.

‘अगदी! सुरुवातीला त्यांना एक मिनिटाची प्रशंसा कुठे आणि कधी देता येतेय याच शोधात तुम्ही असता.’

त्यानंतर तरुणाकडे बघत व्यवस्थापक म्हणाला, ‘मुला, तू अतिशय उत्साही आणि ग्रहणक्षम विद्यार्थी आहेस आणि तुझ्याकडे एक मिनिटाच्या व्यवस्थापनाची ही गुपितं सुपुर्द करायला मला खूप छान वाटतं आहे!’

ते दोघंही हसले. एक मिनिटाची प्रशंसा त्यांच्यासाठी अनोळखी नव्हती!

‘पुनर्निदेशापेक्षा मी कधीही प्रशंसा निवडेन!’ तरुण म्हणाला, ‘एक मिनिटाची ध्येयं आणि प्रशंसा नक्की कसे परिणाम साधतात हे आलं मला लक्षात आणि त्यात खरंच अर्थ ही आहे!’

‘पण मला एक सांगा, एक मिनिटाचे पुनर्निदेश नक्की का उपयोगी ठरतात?’

एक मिनिटाचे पुनर्निदेश नक्की का उपयोगी ठरतात?

‘एक मिनिटाचे पुनर्निदेश उपयोगी का ठरतात याची कारणं आहेत,’ व्यवस्थापकाने सांगितलं.

‘सगळ्यात महत्त्वाचं म्हणजे आपल्याला चुका अगदी सुरुवातीपासून लक्षात येत असल्याने फीडबॅकसुद्धा अगदी छोट्या छोट्या मात्रेत मिळत जातो.

‘बहुतांश व्यवस्थापक फीडबॅक देण्यासाठी तुमच्या चुकांचा घडा भरण्याची वाट बघत असतात. तुमच्या वाईट वर्तणुकीची त्यांची निरीक्षणं ते या घड्यात तोपर्यंत जमा करत जातात जोपर्यंत शेवटी संताप आणि निराशा त्यातून उतू जात नाही!

‘आणि म्हणूनच कामगिरीची समीक्षा म्हणजेच फीडबॅक देताना या व्यवस्थापकांची पारा चढलेला असतो. हा फीडबॅक न राहता त्याला सशस्त्र हल्ल्याचं स्वरूप प्राप्त होतं.

‘मग हे व्यवस्थापक अचानकच त्यांच्या समोरच्याला त्याने गेल्या काही आठवडे किंवा महिन्यांमध्ये केलेल्या चुकांचा पाढा वाचून दाखवायला लागतात.

‘कोणाच्याही सुमार किंवा वाईट कामगिरीबद्दल असा राग बाळगून ठेवणं हा त्यांच्यावर अन्याय आहे आणि महत्त्वाचं म्हणजे याने साध्य काहीही होत नाही. उलट काम करणाऱ्याच्या क्षमतेत अजूनच घट झाल्याची दिसून येते.’

'खरंय, अगदी हीच गोष्ट बऱ्याच घरांमध्येसुद्धा बघायला मिळते,' तरुण व्यवस्थापकाला अनुमोदन देत म्हणाला.

'हो, बरेचसे पालक आणि जोडीदार या पद्धतीने वागताना दिसतात; पण त्यांनाही अपेक्षित निकाल नाहीच मिळत या पद्धतीमुळे!'

'होतं असं की, मग टोकाचे मतभेद तरी होतात, नाहीतर लोक वरकरणी दिसत असली तरी आतल्या आत राग दाबतात आणि कधी ना कधी त्या रागाचा उद्रेक होणार हे निश्चित असतं. फीडबॅक नीट न दिला गेल्याने अनेक वेळा समोरचा आक्रमक होतो. त्याला आपल्या चुकांचा स्वीकार करताच येत नाही.

'तसं बघितलं तर हा 'लीव्ह अलोन' याच संवाद प्रणालीचा एक प्रकार आहे.

(लीव्ह अलोन म्हणजे जेव्हा कर्मचारी काहीतरी चांगली कामगिरी करतात, तेव्हा त्यांना कुठल्याही प्रकारचे प्रोत्साहन न देणे. मात्र छोटीशी चूकदेखील त्वरित दाखवून देणे.)

'जर व्यवस्थापकांनी वेळीच संवाद साधला, तर कर्मचाऱ्यालासुद्धा एका वेळी एकाच चुकीवर किंवा सुधारणेवर लक्ष केंद्रित करता येईल; पण प्रत्यक्षात तसं घडत नाही. परिणामतः, काम करणारा दडपून जातो. याउलट, व्यवस्थापकांनी जर एकावेळी एकेकाच गोष्टीवर लक्ष केंद्रित केलं, तर कर्मचारी दडपून जाणार नाहीत, त्यांना असुरक्षित वाटणार नाही आणि सगळ्यात महत्त्वाचं म्हणजे फीडबॅक जसा ऐकायला जायला हवा आहे, तसाच ऐकतील. त्याची स्वतःची आवृत्ती ऐकणार नाहीत आणि म्हणून मला असं फार मनापासून वाटतं की, कामगिरीचा आढावा घेण्याची ही प्रक्रिया सातत्याने केली गेली पाहिजे, हा वार्षिक प्लॅन असू नये.'

'हम्म, म्हणजे एका वेळी एकाच गोष्टीवर लक्ष केंद्रित केल्याने व्यवस्थापक त्या परिस्थितीला आणि कर्मचाऱ्याला नीट न्याय देऊ शकतो, त्यामुळे फीडबॅक घेणारासुद्धा त्या फीडबॅकने अस्वस्थ न होता, त्याकडे सकारात्मक नजरेने बघू शकतो आणि हेच पुनर्निदेशाच्या यशाचं गुपित आहे, नाही का?'

'हो तर! तुम्हाला मुळात एखाद्याच्या स्वभावातल्या वाईट गोष्टींपासून सुटका हवी असते, त्याच्या वाईट वर्तणुकीला बदलायचं असतं; पण त्याच वेळी तुम्हाला त्या माणसाला गमवायचं नसतं. एखाद्याने एखादी चूक केली म्हणून त्याच्यावर हल्ला बोलणे हा कुठला न्याय आहे?'

'अच्छा म्हणून तुम्ही पुनर्निदेशाच्या दुसऱ्या भागात समोरच्याचं आवर्जून कौतुक करता, हो ना?'

'कारण, लोकांना नेस्तनाबूत करणे हा आपला उद्देश नाहीचे ना! आपल्याला आपल्या भोवतीच्यांना घडवायचं आहे.'

'आपल्या स्वतःच्या कल्पनेवर कोणी हल्ला केला की, आपल्याला स्वतःचं आणि आपल्या सगळ्या कृतींचं समर्थन करायची गरज भासते. मग हे करताना वस्तुस्थितीपासून आपण भरकटलो तरीही आपल्याला ते मान्य असतं आणि एकदा का एखाद्याने बचावात्मक पवित्रा घेतला की, त्याच्या शिकण्याच्या प्रक्रियेला खीळ पडते.'

'म्हणजे तुम्हाला त्यांच्या वर्तणुकीला त्यांच्या योग्यतेपासून विलग करायचं आहे तर. जेणेकरून त्यांच्या वर्तणुकीमुळे घडणाऱ्या चुका दाखवून दिल्यानंतरही त्यांना तो वैयक्तिक हल्ला वाटणार नाही.'

'कारण, हे सगळं बोलून झाल्यानंतर, तुमची पाठ वळताच त्याने सहकाऱ्यांशी तुमच्या नेतृत्व कौशल्यांबद्दल आणि एकूणातच तुमच्या सहकाऱ्यांशी तुमची वागणूक याबद्दल वाईटसाईट बोलण्यापेक्षा स्वतःवर अधिक लक्ष द्यायला हवं आहे, त्याने स्वतःच्या वर्तणुकीबद्दल अधिक जागरूक व्हायला हवं आहे.'

'हम्म, नाहीतर ज्याची चूक आहे त्याला ती कधी कळणार नाही आणि तो त्याची जबाबदारीही घेणार नाही; पण नाहकच व्यवस्थापकाला खलनायक ठरवलं जाईल.'

यावर तरुणाने कुतूहलाने विचारलं, 'पण मग पुनर्निदेश करताना तुम्ही आधी प्रशंसा किंवा कौतुक का नाही करत? टीका त्यानंतरदेखील करता येऊ शकतेच की!'

'काही कारणाने ते म्हणावं तितकं प्रभावी नाहीये. आता विचार केल्यावर मला जाणवतंय की, काही लोक मला छान (म्हणजे चांगल्या

स्वभावाचा अशा अर्थी) आणि कणखर म्हणतात; पण जितका मी त्याचा खोलात शिरून विचार करतो, तितकं मला जाणवतं की, मी खरंतर कणखर आणि छान आहे.'

'कणखर आणि छान?' तरुण थोडा विचारात पडला होता.

'हम्म आणि तेही त्याच क्रमाने. एक फार फार जुनी विचारधारा आहे, पार हजारो वर्षं जुनी. पुरातन चीनमधल्या एका आख्यायिकेत याचा उल्लेख केलेला आहे.

'कोणे एकेकाळी, एका सम्राटाने आपला वजीर नेमला. त्याने वजिराला बोलावलं आणि म्हणाला, 'आपण एक काम करू या, आपल्या कामांची विभागणी करू या. प्रजेला शासन करायचं काम तुझं आणि त्यांचं कौतुक करण्याचं, त्यांना सांभाळून घेण्याचं काम माझं.' त्यावर वजीर म्हणाला, 'जशी तुमची आज्ञा, शासन करण्याचं काम माझं आणि कौतुक करण्याचं काम तुमचं.''

'मला बहुतेक ही आख्यायिका आवडणार आहे, असं वाटतंय!' तरुण म्हणाला.

'नक्कीच!' अर्थपूर्ण हसत व्यवस्थापक म्हणाला.

'तर हळूहळू या सम्राटाच्या लक्षात यायला लागलं की, त्याने दिलेल्या आदेशांचं पालन कधी होत होतं तरी कधी नव्हतं. मात्र वजिराने आदेश देण्याचा अवकाश की जो तो ते काम पूर्ण करण्यासाठी जीवाचा आटापिटा करत असे.

'शेवटी सम्राटाने वजिराला बोलावलं आणि म्हणाला की, आपण आपल्या कामाची पुन्हा एकदा नव्याने विभागणी करू या. प्रजेला शासन करण्याचं काम तू बराच काळ एकटाच करतोयस, आता ते काम मी सांभाळतो आणि तू माझं, प्रजेला सांभाळून घेण्याचं, त्यांचं कौतुक करण्याचं काम तुझ्याकडे घे. एवढं बोलून त्यांनी पुन्हा एकदा आपापल्या भूमिका बदलल्या.

'आणि महिनाभराच्या आत तिथे बंड पुकारलं गेलं. आतापर्यंत कनवाळू, प्रेमळ आणि प्रजेचा कैवार असणारा सम्राट अचानक लोकांना शासन करू लागला होता. सम्राटाला वेड लागल्याचं घोषित करून त्याला सम्राटपदावरून प्रजेने हाकलून लावलं.

'सम्राटपदासाठी नवा दावेदार शोषित असताना त्यांना अचानक लक्षात आलं की, गेल्या काही काळात वजिराच्या वागणुकीत आंतर्बाह्य फरक पडला आहे. त्यानंतर त्या सगळ्यांनी एकमताने वजिराला सम्राटपदी बसवलं.'

'ही सत्यघटना आहे?' तरुणाने विचारलं.

'कोणास ठाऊक?' व्यवस्थापक म्हणाला; 'पण खरंच सांगतो. एखाद्याशी वागण्यात तुम्ही आधी कठोर आणि नंतर मृदू असाल, तर अपेक्षित परिणाम लवकर साधता येतो, इतकं मला नक्की माहिती आहे.'

'हम्म, हे एक मिनिटाचे पुनर्निदेश ऑफिसच्या बाहेर कुठे यशस्वीपणे राबवल्याचं तुमच्या ऐकण्यात आलंय का?'

'खेळांमध्ये पुनर्निदेशासारखंच काहीसं टेक्निक देशभरात वापरलं जातं. विशेषतः कोचेसकडून. एका कॉलेजच्या बास्केटबॉल कोचने मला सांगितलं होतं की, चॅम्पियनशिप टीम्स तयार करण्यासाठी तो हीच पद्धत वापरतो.'

'अच्छा; पण म्हणजे नक्की कसं?'

त्याने एक किस्सा सांगितला, 'एका महत्त्वाच्या मॅचमध्ये त्यांचा सर्वोत्तम खेळाडू अतिशय वाईट कामगिरी करत होता आणि त्याने त्या क्षणी खेळ सुधारल्याखेरीज यांच्या टीमला विजय मिळणं अशक्य होतं म्हणून त्याने त्या खेळाडूला बाहेर बोलावलं आणि बसायला सांगितलं.'

'त्यांच्या सर्वोत्तम खेळाडूला?' तरुणाने अचंब्याने विचारलं.

'इतक्या महत्त्वाच्या मॅचमध्ये सर्वोत्तम खेळाडूला बाहेर काढण्याचा धोका कसा बरं पत्करू शकला तो?'

'तसं न करणं हेच खरं तर त्याला परवडणारं नव्हतं. खेळाडूला चॅम्पियनशिप खेळलेल्या टीममध्ये स्वतःच नाव बघायचं असेल, तर त्याने त्याचं सर्वोत्तम कौशल्य पणाला लावणं गरजेचं होतं. कारण, त्याच्याशिवाय टीम जिंकू शकणारच नव्हती.

'तो खेळाडू तिथे बाहेर बसलेला असताना त्या कोचने त्याला शांतपणे त्याच्या होणाऱ्या चुका सांगायला सुरुवात केली, 'तू सोपे सोपे शॉट्स

हातचे घालवतोयस, रिबाउंड्स घ्यायचे सोडून देतोयस आणि बचावाच्या नावाखाली निव्वळ आळशीपणा करतोयस. मला तुझा राग येण्याचं मुख्य कारण म्हणजे तू तिथे, कोर्टवर प्रयत्न करतानाही दिसत नाहीयेस.'

'किंचित थांबून तो म्हणाला, 'तुझी क्षमता यापेक्षा कितीतरी जास्त आहे. जोपर्यंत तुझी तुझ्या क्षमतेचा खेळ खेळण्याची तयारी होत नाही, तोपर्यंत तू इथेच, बाहेरच बसायचं आहेस.'

'बऱ्याच विचारांती थोड्याच वेळात तो खेळाडू उठून उभा राहिला, कोचकडे गेला आणि म्हणाला, 'मी आत जाण्यासाठी तयार आहे, कोच.'

त्यावर कोच म्हणाला, 'मग ताबडतोब आत जा आणि मला तुझी क्षमता दाखवून दे!'

'त्यानंतर कोर्टवर गेलेला खेळाडू आंतर्बाह्य बदललेला होता! त्याचा कोर्टवरचा वावर, बास्केट करण्याची त्याची नेहमीची पद्धत, रिबाउंड्स परतून लावणे, बॉलसाठी झेपावणे अशा कितीतरी गोष्टी, ज्या इतक्या वेळ कुठेतरी गायब होत्या, त्या परतलेल्या दिसत होत्या. त्याला अशा प्रकारे खेळताना बघून टीममधल्या बाकीच्यांनीसुद्धा प्रयत्नांची पराकाष्ठा केली आणि तो गेम ते जिंकले.'

'अच्छा म्हणजे जॉन लिवायने मला सांगितलेल्या त्याच तीन गोष्टी कोचने केल्या,' तरुण म्हणाला. 'समोरच्याचं काय चुकलं, त्याबद्दल तुम्हाला काय वाटतंय आणि समोरच्याला त्याच्या क्षमतांची आठवण करून देणे.

'म्हणजेच, त्यांची कामगिरी वाईट (झाली) असली, तरीही ते चांगलेच आहेत.'

'अगदी योग्य. लोकांचं नेतृत्व करताना वर्तणूक आणि योग्यता यांची गल्लत न करणं अतिशय महत्त्वाचं आहे. या सगळ्यात खरंच काही महत्त्वाचं असेल तर ते म्हणजे स्वतःचं व्यवस्थापन करणारा तो माणूस.'

'आणि हे आपल्यालाही लागू होतं. कारण, आपण स्वतःच स्वतःच्या वर्तणुकीचं व्यवस्थापन करत असतो.'

'खरं तर, तुला जर हे कळलं, बोलता बोलता व्यवस्थापकाने त्याच्या कॉम्प्युटरच्या स्क्रीनवर अजून एक इमेज उघडली, तर तुला उत्तम आणि यशस्वी असा पुनर्निदेश देण्याची गुरूकिल्ली सापडेल.

*

आपण म्हणजे केवळ
आपली वर्तणूक नव्हे.

आपल्या वर्तणुकीचं
व्यवस्थापन करणारी व्यक्तीदेखील
आपणच आहोत.

*

‘हम्म, हे बघून पुनर्निदेशामागे असलेला परस्पर आदर आणि काळजी पटकन लक्षात येते.’

‘तुला हे लक्षात आल्याचं बघून मला फार आनंद होतोय, मित्रा! तू ज्याला पुनर्निदेश देतोयेस त्या माणसाचा आदर करू लागशील त्या वेळी तू कैक पटींनी जास्त यशस्वी होशील.’

पुढचा प्रश्न विचारावा की नाही याबद्दल तरुण संभ्रमात होता. ‘एक मिनिटाची प्रशंसा आणि हे एक मिनिटाचे पुनर्निदेश अतिशय प्रभावी असले तरी हे एक प्रकारे लोकांना हाताळणं असं तुम्हाला नाही वाटतं?’

‘वाह! फार उत्तम प्रश्न विचारलास; पण एखाद्याला हाताळणं तेव्हाच म्हणता येईल, जेव्हा आपण आपल्या फायद्यासाठी त्याला आपल्याला अपेक्षित तेच करायला भाग पाडत असू. तुम्ही जर लोकांना हाताळायला जात असाल तर मुळातच कधी ना कधी तुम्हाला त्याचा सामना करावा लागणारच आहे हे लक्षात ठेवलं पाहिजे.

‘पण इथे, लोकांना योग्य पद्धतीने स्वतःच व्यवस्थापन कसं करायचं हे दाखवून देणं हेच तुमचं काम आहे. तुम्ही भोवती नसतानाही तुम्हाला त्यांनी यशस्वी व्हायला हवं आहे, नाही का?

‘आणि म्हणूनच तुम्ही काय आणि का करत आहात हे लोकांना त्या त्या वेळी कळणं अत्यंत गरजेचं आहे.

‘आपल्या आयुष्यातल्या इतर अनेक गोष्टींसारखंच, कधी काही जमतं, तर कधी नाही जमत; पण या सगळ्या प्रक्रियेत लोकांशी प्रामाणिक असणं नेहमीच आपल्या पथ्यावर पडतं. तूही बघितलं असशीलच, अप्रामाणिकपणा शेवटी उघडा तर पडतोच; पण त्याचे परिणामसुद्धा सहन करावे लागतात, लोकांचा विश्वास गमावून.’

‘हम्म मला आत्ता लक्षात आलं, तुमची व्यवस्थापनाची ही पद्धत तुम्हाला वाटणाऱ्या आस्थेतून निर्माण झाली आहे,’ तरुण म्हणाला.

‘अर्थातच! मला लोकांबद्दल आस्था तर वाटतेच; पण माझं निकालांवरही विशेष प्रेम आहे.

व्यक्ती आणि त्यांचे परिणाम यांचं नातं किती जवळचं आहे, हे आता तरुणाला स्पष्ट व्हायला लागलं होतं.

आता त्याला आठवत होतं की, पहिल्या भेटीत हाच व्यवस्थापक त्याला किती उद्धट वाटला होता.

जणू काही त्याच्या मनातलं ओळखल्यासारखं व्यवस्थापक त्याला म्हणाला, 'कधी कधी, जेव्हा तुम्हाला एखाद्याची खूप काळजी असते, तेव्हा तुम्हाला कठोरसुद्धा व्हावं लागतं. अर्थात, कठोर त्या माणसावर नसतं व्हायचं, कठोरपणा त्याच्या सुमार कामगिरीपुरता मर्यादित ठेवायचा असतो.

'चुका करणं हा प्रॉब्लेम नाहीचे आणि ते तुला आता अगदी नीट कळलंसुद्धा आहे; पण त्या चुकांमधून न शिकण्यामुळे प्रॉब्लेम्स उद्भवतात.'

'हम्म, आणि एखादा तुमच्या पुनर्निदेशांनंतरही त्याच चुका पुन्हा पुन्हा करत राहिला, तर मग तुम्ही काय करता?' तरुणाने विचारलं.

'आधी तू माझ्या एका प्रश्नाचं उत्तर दे, हे असं घडल्यावर त्या व्यवस्थापकाला स्वतःला कसं वाटत असेल असं तुझं मत आहे?'

'बहुतेक त्याला एकाच वेळी दुःख, चीड आणि संतापही येत असेल.'

'बरोबर! आणि म्हणूनच अशा वेळी तुम्ही एक छोटा ब्रेक घेऊन, परिस्थितीकडे शांतपणे बघणं अतिशय गरजेचं असतं. भावनेच्या आहारी जाऊन तुमच्या हातून एखादी चूक होऊ नये म्हणून.'

'हे बघ, या एक मिनिटाच्या पुनर्निदेशांचा उद्देशच मुळात लोकांची मदत करणे हा आहे. मात्र जेव्हा आपण बघतो की, एखादा काहीतरी नवीन शिकला आणि त्याच्यामध्ये ते करू शकण्याची क्षमता आहे, मात्र 'मी नाही करणार' हाच त्याचा बाणा आहे, तेव्हा तुम्हाला सगळ्यात आधी त्या व्यक्तीमुळे तुमच्या संस्थेला नक्की काय आर्थिक भार सहन करावा लागतो आहे हे बघितलं पाहिजे आणि त्यानंतर हा विचार केला पाहिजे की, आहे त्या परिस्थितीत त्या व्यक्तीला टीममध्ये ठेवणं हे तुम्हाला आणि संस्थेला वेगवेगळ्या पातळ्यांवर परवडण्यासारखं आहे का.'

व्यवस्थापकाच्या या उत्तराने तरुणाचं पुरतं समाधान झालं होतं.

आता त्याला हा एक मिनिटाचा नवा व्यवस्थापक आवडायला लागला होता आणि त्याच्याबरोबर काम करायला सगळ्यांना का आवडायचं हेही

त्याला कळू लागलं होतं. कारण, *ते सगळे त्याच्याबरोबर काम करत होते, त्याच्यासाठी नाही!*

'तुम्हाला हे आवडेल कदाचित,' तरुण व्यवस्थापकाला म्हणाला. एक मिनिटाची प्रशंसा आणि एक मिनिटाचे पुनर्निर्देश तसेच ध्येयं आणि त्यांचे परिणाम यांचा परस्परसंबंध मला कायम लक्षात राहावा म्हणून मीही एक नोंद करून ठेवली. त्याने त्याच्याकडील नोंदीमधलं ते एक पान व्यवस्थापकाला दाखवलं.

*

वर्तणुकीची सुरुवात
ध्येयापासून होते.

(त्याचे) परिणाम तुमच्या
भविष्यातल्या वर्तणुकीला
आकार देतात.

*

'वाह, उत्तम!' व्यवस्थापक म्हणाला.

'तुम्हाला खरंच असं वाटतं?' आपली प्रशंसा पुन्हा एकदा ऐकायला मिळावी, या हेतूने तरुणाने व्यवस्थापकाला विचारलं.

'हे बघ मुला, तुझ्या आयुष्यात मानवी टेप रेकॉर्डरचं काम करण्यासाठी माझा जन्म झालेला नाही. एकच गोष्ट पुन्हा पुन्हा सांगत बसण्याचा वेळ माझ्याकडे नाहीये!' व्यवस्थापक मस्करीच्या स्वरात म्हणाला.

आपली प्रशंसा होणार असं वाटत असतानाच तरुणाला अचानक एखादा पुनर्निदेश मिळणार का काय अशी शंका वाटून गेली.

पण त्याने महत्प्रयत्नांनी चेहरा अगदी निर्विकार ठेवला आणि म्हणाला, 'काय?'

त्या दोघांनी एकमेकांकडे क्षणभर बघितलं अन् दोघंही खदाखदा हसत सुटले.

'मला तू आवडलास, मुला,' व्यवस्थापक म्हणाला. 'तुला आवडेल, इथे काम करायला?'

अनपेक्षित प्रश्नानी अचंबित झालेला तरुण अगदी उत्साहाने म्हणाला, 'म्हणजे तुमच्यासाठी काम करायला?'

'नाही, स्वतःसाठी काम करायला, जसं आमच्या टीममध्ये काम करणारे इतर सगळे करतात, अगदी तस्संच. कोणीही कोणासाठी काम करतं या कल्पनेवरच माझा मुळात विश्वास नाहीये. खोलवर जाऊन बघितलं तर आपल्याला लक्षात येईल की खरं तर प्रत्येकाला आपापल्यासाठी काम करायला आवडतं.

'आमच्या टीममधले लोक एकमेकांचे भागीदार म्हणून काम करतात आणि आम्ही एकत्रपणे स्वतःमध्ये आणि इतरांमध्ये सकारात्मक बदल घडवून आणण्यासाठी प्रयत्नशील असतो. त्यांना त्यांचं काम अधिक उत्तमरीतीने करता यावं, यासाठी मला शक्य ती सगळी मदत मी करतो अन् या सगळ्यात आम्ही आयुष्य आणि काम या दोन्हीचा पूर्ण आनंद घेतो. अर्थातच, आमच्या संस्थेसाठी आम्ही विशेष उपयोगितेच्या आहोत!'

अगदी याच गोष्टीच्या शोधातच तर आपल्या तरुणाने सुरुवातीपासून अख्खं जग पालथं घातलं होतं.

'मला आवडेल, इथे काम करायला,' तो म्हणाला.

आणि त्याने तिथे काम करायला सुरुवात केली.

आणि या अशा कल्पक, अवलिया व्यवस्थापकाबरोबर काम करत करत अधिकाधिक समृद्धदेखील होत गेला.

आणि शेवटी, जे व्हायचं तेच झालं!

एक मिनिटाचा अजून एक नवा व्यवस्थापक

तोदेखील एक मिनिटाचा नवा व्यवस्थापक बनला.

आणि तो इथवर पोहोचू शकला, याचं कारण हेच होतं की, तो फक्त एखाद्या व्यवस्थापकासारखा वागण्या-बोलण्यापेक्षा, एखाद्या सच्च्या व्यवस्थापकाप्रमाणे नेतृत्व आणि व्यवस्थापन करू शकला होता.

गोष्टी अगदी सोप्या ठेवण्यावर त्याचा भर होता.

तो एक मिनिटाची ध्येयं ठरवत गेला.

तो एक मिनिटात त्याच्या टीममधल्या लोकांची प्रशंसा करत गेला.

आणि तो एक मिनिटाचे पुनर्निर्देशसुद्धा देत गेला.

तो नेमके, महत्त्वाचे प्रश्न विचारायला शिकला. कायम सहज-सोपं असं खरं बोलत गेला, दिसखुलास हसत गेला, झपाटून काम करत गेला आणि सगळ्यात महत्त्वाचं म्हणजे या सगळ्यातून भरभरून आनंद घेत गेला.

आणि सगळ्यात महत्त्वाचं म्हणजे लोकांचं फक्त व्यवस्थापन न करता त्याने लोकांचं नेतृत्व केलं. त्यांना अधिक सर्जनशील बनण्यासाठी, नवनवीन गोष्टी करण्यासाठी प्रोत्साहित करत गेला. त्याच्या भोवती असणाऱ्यांना त्यांनीदेखील त्यांच्याबरोबर काम करणाऱ्यांमध्ये याच पद्धतीने उत्साह निर्माण करण्यासाठी प्रोत्साहित करत गेला.

सर्वसामान्यांना एक मिनिटाचा नवीन व्यवस्थापक होणं सोप्पं जावं म्हणून त्याने एक छोटासा, खिशात मावेल इतका गेम प्लॅनदेखील तयार केला. ज्याला ज्याला म्हणून त्याचा फायदा होऊ शकेल, अशा प्रत्येकाला त्याने तो गेम प्लॅन भेट म्हणून देऊ केला.

तो गेम प्लॅन असा होता :

एक मिनिटाच्या नव्या व्यवस्थापकाचा गेम प्लॅन

सुरुवात :
लोकांना मदत करण्यासाठी तुम्ही नक्की काय करणार आहात, हे त्यांना आधीच स्पष्टपणे सांगा.

↓

एक मिनिटाची ध्येयं :

- ध्येयं काय आहेत हे स्पष्ट करा.
- चांगली वर्तणूक कशी असते हे तुमच्या वर्तणुकीतून दाखवून द्या.
- प्रत्येक ध्येय एकेका पानावर लिहा.
- वेळोवेळी ध्येयांचा आढावा घेत राहा.
- टीममधल्या लोकांना ते जे करतायेत ते आणि त्यांची ध्येयं यांच्यात तफावत तर निर्माण होत नाहीये ना हे बघण्यासाठी प्रोत्साहित करा.
- आणि ते तसं करत नसतील तर त्यांना त्यांची पद्धत बदलण्यासाठी आणि यशस्वी होण्यासाठी मदत करा.

ध्येयं पूर्ण झाली (किंवा ध्येयांचा एखादा टप्पा पूर्ण झाला)

तुम्ही जिंकलात!

↓

एक मिनिटाची प्रशंसा

- वर्तणुकीचं कौतुक करा.
- हे करण्यात दिरंगाई करू नका. बोलताना स्पष्ट बोला.
- तुम्हाला त्याबद्दल किती आनंद होतो आहे हे नमूद करा.
- असंच चांगलं काम करत राहण्यासाठी त्यांना प्रोत्साहित करा.

↓

तुम्हाला अधिकाधिक यश मिळत राहील.

ध्येयं पूर्ण झाली नाहीत.

तुम्ही हरलात.

तुम्हाला यशस्वी होण्यात मदत म्हणून

↓

एक मिनिटाचे पुनर्निदेश :

- ध्येयाकडे पुन्हा एकदा नव्याने बघा आणि एकमताने ध्येयं ठरवा.
- नक्की काय घडलं आहे हे स्पष्ट करून घ्या.
- चुका लवकरात लवकर स्पष्ट करून सांगा.
- तुम्हाला वाटणारी काळजी जाहीर करा.
- त्यानंतर लोकांना स्वतःची काळजी वाटण्यासाठी थोडा वेळ घेऊ द्या.
- त्यांनी केलेल्या चुका हा त्यांना जोखण्याचा एकमात्र मार्ग नसल्याचं आणि तुम्हाला त्यांची किंमत/महत्त्व असल्याची त्यांना जाणीव करून द्या.
- एकदा का संपलं की संपलं.

↓

सुधारित कामगिरीकडे वाटचाल करा.

तुमच्या स्वतःसाठी एक भेट

बऱ्याच वर्षानंतर, मागे वळून बघताना त्याला तो काळ आठवला, जेव्हा त्याने एक मिनिटाच्या व्यवस्थापनाबद्दल पहिल्यांदा ऐकलं होतं. फार फार काळ उलटून गेल्यासारखा त्याला वाटला.

एक मिनिटाच्या नव्या व्यवस्थापकाला भेटल्यापासून ते आतापर्यंतच्या प्रवासात त्याच्या संस्थेची अधिक जबाबदार आणि चपळ होण्याची गरज कैक पटींनी वाढली होती. त्या विशेष व्यवस्थापकाने दिलेल्या अमूल्य वेळ आणि ज्ञानाबद्दल तो कायमच त्याचा ऋणी राहिला होता. ती माहिती काळाच्या कसोटीवर अतिशय महत्त्वाची ठरली होती.

जे जे तो शिकला होता ते ते इतरांपर्यंत पोहोचवण्याच्या आपल्या वचनाला जागत त्याने आपल्या नोंदी आणखीन विस्तारित स्वरूपात लिहून त्याच्या प्रति आपल्या टीममधल्या प्रत्येकाला दिल्या होत्या.

त्यांनी त्या वाचल्या तर होत्याच; पण ते असंही म्हणाले होते की, त्या तीन गुपितांचा वापर केल्याने त्यांच्या कार्यक्षमतेत आणि कामात आमूलाग्र बदल घडला होता.

प्रशंसा आणि त्याचबरोबर केलेले पुनर्निदेश हे सगळ्यांना विशेष करून जास्ती उपयुक्त वाटले होते. त्यात समतोल साधला जात होता आणि त्यामुळेच ध्येयपूर्ती करण्यासाठी लागणारा वेळदेखील कमी कमी होत होता.

अनेकांनी ती तीन गुपितं घरातही वापरत असल्याचं आणि त्यातून त्यांना अतिशय आनंद मिळत असल्याचंसुद्धा सांगितलं होतं.

लिझ अकिनो त्याला धन्यवाद द्यायला म्हणून आली होती. 'तीन गुपितांची आणि माझी गाठ घालून दिल्याबद्दल मी तुझी ऋणी आहे. आता माझ्याकडे कितीतरी जास्त मोकळा वेळ असतो,' ती म्हणाली.

त्याचं सगळं श्रेय जातं ते एक मिनिटाच्या नव्या व्यवस्थापकाला!

तिथेच बसून विचार करताना त्याला जाणवलं की, तो खरचंच किती भाग्यवान आहे.

त्याच्याकडे आता त्याच्या संस्थेला देण्यासाठी वेळ होता, विचार आणि प्लॅनिंग करण्यासाठी त्याच्याकडे वेळ होता आणि मुळातच संस्थेला ज्या प्रकारची मदत आवश्यक होती, ती करणं त्याला आता शक्य झालं होतं.

त्याचप्रमाणे त्याच्याकडे कुटुंब, छंद, आराम करणे इत्यादी सगळ्यासाठी आता वेळ होता. इतर अनेक व्यवस्थापकांच्या तुलनेत ताणदेखील कमी होता आणि त्याबद्दल तो निश्चितच आनंदी होता.

त्याच्या टीममधल्या सगळ्यांनी कामाची ही नवीन पद्धत आत्मसात केल्याने आता त्या टीमची कार्यक्षमतासुद्धा वाढली होती. त्याच्या विभागात कर्मचाऱ्यांच्या अडचणी, आजारी असणे आणि गैरहजेरी या सगळ्यांचं प्रमाणही कमी झालं होतं.

मागे वळून बघताना त्याला 'जेव्हा नीट जमेल तेव्हाच एक मिनिटांचं व्यवस्थापन ही संकल्पना वापरू' या त्याच्या सुरुवातीच्या विचारावर टिकून न राहिल्याचा आनंदच झाला.

त्याने आपल्या टीमसमोर जवळजवळ कबुलीजवाबच दिला होता, 'मला इतरांचं कौतुक करणे किंवा माझ्या भावना/मला काय वाटतंय यांबद्दल बोलण्याचा काडीमात्रही सराव नाहीये. मात्र माझ्यासाठी तुम्ही महत्त्वाचे आहात आणि तुम्हाला पुनर्निदेश करताना माझ्या मनात तुमच्या भल्याचाच विचार असतो हे सांगायचा प्रयत्न मी नक्कीच करू शकतो.'

'पण तुम्ही निदान प्रयत्न तर करूच शकता, नाही का...' कोणीतरी पटकन म्हणून गेलं तसं त्याच्या चेहऱ्यावर हसू पसरलं.

टीममधल्या लोकांना प्रांजळपणे स्वतःच्या मर्यादा सांगून आणि अशा पद्धतीच्या व्यवस्थापनात सहभागी होण्याची इच्छा आहे किंवा नाही हे विचारून त्याने किमान एक गोष्ट तर नक्कीच कमावली होती.

त्याच्या टीम मधल्यांना एक नक्की माहिती झालं होतं की, तो खरोखरच त्यांच्या बाजूने आहे, तेही अगदी सुरुवातीपासून!

इतरांसाठी एक भेट

अचानक फोन वाजला तसा विचारात पूर्णपणे गढलेला तो दचकून भानावर आला.

फोनवर त्याचा साहाय्यक होता, 'गुड मॉर्निंग! एका तरुणीचा फोन आलाय आणि तिला तुम्हाला भेटून आपल्या या व्यवस्थापन पद्धतीविषयी माहिती करून घ्यायची आहे.'

तो प्रसन्नपणे हसला, त्याचे सुरुवातीचे दिवस आणि अनुभव त्याच्या डोळ्यासमोर क्षणार्धात तरळून गेले.

'आवडेल मला, तिच्याशी बोलायला!' तो म्हणाला.

नंतर जेव्हा तो त्या तडफदार तरुणीला भेटला, तेव्हा तो तिला म्हणाला, 'व्यवस्थापन आणि नेतृत्व यांबद्दल मी जे काही शिकलोय ते तुझ्यापर्यंत पोहोचवताना मला फार छान वाटतंय. एक प्रकारे सन्मानित केल्यासारखंच!'

तिला बसण्याची खूण करत तो म्हणाला, 'मात्र माझी तुला एकच विनंती आहे.'

'काय?' ती म्हणाली.

'इतकंच की तुला जर हे उपयोगी वाटलं, तर तू ते...'

इतरांपर्यंतसुद्धा पोहोचवशील.

आभार

वर्षानुवर्षे आम्ही अनेकांकडून शिकलो आणि प्रभावित झालो आहोत. आमच्या ह्या प्रवासात ज्यांनी प्रत्यक्ष-अप्रत्यक्षपणे योगदान केलं आहे, त्यांचे आम्ही आभार मानतो आणि त्यांच्याबद्दल तुम्हालाही काही सांगू इच्छितो.

लॅरी ह्युजस् : मूळ आवृत्तीच्या सर्जनशील आणि देखण्या प्रकाशनसाठी.

डॉ. जेराल्ड नेल्सन आणि रिचर्ड लेवाक : वन मिनिट स्कोल्डिंग, मुलांना शिस्त लावण्याच्या एका अत्यंत प्रभावशाली पद्धतीसाठी. त्यांच्या ह्या पद्धतीचं आम्ही वन मिनिट पुनर्निदेशामध्ये रूपांतरण केलं आहे.

डॉ. एलियट कार्लाईल: परिणामकारक पद्धतीने कामाची विभागणी कशी करावी हे शिकवल्याबद्दल.

डॉ. थॉमस कॉनेलन : वर्तणूकीच्या संदर्भातल्या संकल्पना आणि सिद्धान्त ह्याबद्दलच्या त्यांच्या शिकवणीबद्दल.

डॉ. डोरोथी जॉंगवर्ड, जे शेलो आणि एब वॅगूर : संवाद (कम्युनिकेशन) आणि लोकांच्या नीट असण्याबद्दल शिकवल्यासाठी.

डॉ. रॉबर्ट लॉर्बर : उद्योग-व्यवसायात परिणामांचं व्यवस्थापन कसं करावं हे शिकवल्याबद्दल.

डॉ. केनेथ माजेर : लक्ष्य ठरवणे आणि ते साध्य करण्याच्या उद्देशाने काम करणे हयाबद्दल शिकवल्यासाठी.

डॉ. कार्ल रॉजर्स : आम्हाला वैयक्तिक सचोटी, प्रामाणिकपणा आणि मोकळेपणा शिकवल्याबद्दल.

लुईस टाईस : मानवी मनाच्या क्षमता कशा वाढवाव्यात हे शिकवल्याबद्दल.

आमचे विलक्षण एजंट्स मागरिट मॅकब्राईड, रिचर्ड अँड्रूज, उत्कृष्ट संपादक नॅन्सी केसी आणि मार्था लॉरेंस तसेच आमचा प्रतिभाशाली डिझायनर पॅट्रिक पिनिया आणि फे एटकीन्सन ह्या सगळ्यांचेच आम्ही त्यांच्या योगदानाबद्दल आभार मानू इच्छितो!

ज्या लोकांना स्वतःविषयी
चांगलं वाटतं,
ते उत्तम परिणाम साध्य
करू शकतात.